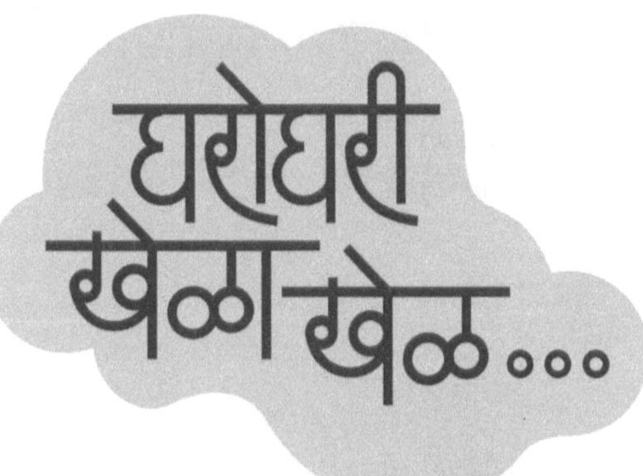

घरोघरी खेळ खेळ...

राजीव तांबे

Gharoghari Khela Khel by Rajiv Tambe
© Rajiv Tambe
Email: me@rajivtambe.com
Website: www.rajivtambe.com
☎ 020-25392655

घरोघरी खेळा खेळ...

लेखक	: राजीव तांबे
प्रथम आवृत्ती	: नोव्हेंबर २०१८
दुसरी आवृत्ती	: एप्रिल २०१९
रेखाचित्रे	: गिरीश सहस्रबुद्धे
अक्षरजुळणी, मांडणी व मुखपृष्ठ	: यशोधन लोवलेकर
प्रकाशक	: सकाळ मीडिया प्रा. लि. ५९५, बुधवार पेठ, पुणे - ४११ ००२

ISBN : 978-93-87408-49-4

संपर्क : ०२०-२४४० ५६७८/८८८८८ ४९०५०
sakalprakashan@esakal.com

मुलांना विज्ञानाची आणि गणिताची गोडी लावणाऱ्या
डॉ. जयंत आणि मंगला नारळीकर या उभयतांना

कृतज्ञतापूर्वक...

मनोगत

हल्ली घरात सगळ्यांनी एकमेकांत न भांडता वाटून घेण्याची गोष्ट म्हणजे 'घरातलं वायफाय'. घरात कुणीच कुणाच्या फोनमध्ये डोकवायचं नाही आणि 'तुला सारखे कुणाचे मेसेज येतात?' असं कुणी एकमेकांना विचारायचं नाही, याला 'गुड हॅबिट' म्हणतात. घरात सगळे जण खेळतात तेही आपापल्या फोनवर. हे त्यांचे खेळही आभासी आणि त्यातून मिळणारे गुणही आभासी! त्यामुळं घरातल्या सगळ्यांनी मिळून-मिसळून खेळताना मिळणारा निखळ आनंद ही आजची 'स्मार्ट घरं' हरवून बसली आहेत की काय असा प्रश्न पडतो.

तेव्हा मुलांनो आणि पालकांनो, आजपासून आपण घरातले सगळे मिळून मस्ती, गमतीजमती करू या... काही वेगळे धमाल खेळ खेळू या. खेळता खेळता शिकण्याचा, नवीन शोधण्याचा आनंद अनुभवू या. या खेळांत, गमतीजमतीत कुणाचीच हार नाही की कुणाचीच जीत नाही! आजपासून गुणांसाठी नव्हे तर, सगळ्यांनी मिळून काहीतरी वेगळं करण्यातली, दंगामस्ती करत खेळण्यातली 'मज्जा' घेण्यासाठी खेळू या.

...हां, आणि प्रिय पालकांनो, एकदा का तुमच्या घरात या विलक्षण 'मज्जांचा उत्सव' तुमच्या मुलांसोबत साजरा होऊ लागला, की मला खात्री आहे, इतके दिवस तुमच्या हाताला चिकटलेला स्मार्ट फोन तुम्हाला घरात शोधावा लागेल. कारण 'जो खातो साजूक तूप, तो कशाला खाईल वनस्पती-तूप?' अशी एक चिनी म्हण आहे!

- राजीव तांबे
me@rajivtambe.com

अनुक्रम

आपलं कॅलेंडर

पालवी दबकतच म्हणाली, ''या अशा कॅलेंडरमध्ये आपल्याला नको असलेली भरमसाठ माहिती ठासून भरलेली असते. उदाहरणार्थ, कुणाकुणाची जयंती-पुण्यतिथी, कुठल्याशा व्रतांची उद्यापनं, गावोगावच्या यात्रा आणि जत्रा... आणि यातल्या तारखाही दोन रंगांतच असतात...''
बाबा धीरानं म्हणाले : ''म्हणजे, तुला नेमकं म्हणायचंय तरी काय, पालवी...?''
''आपल्या घरातलं कॅलेंडर हे 'आपलंच' असलं पाहिजे.''

रविवार असल्यानं पार्थ आणि पालवीच्या मित्र-मैत्रिणी घरी खेळायला आल्या होत्या. सापशिडी खेळायची की ल्युडो, यावरून वादावादी सुरू होती.

बाबा नेहाला म्हणाले, ''तुम्ही सगळे मिळून किती जण आहात, मोज पाहू...''

''पण का?''

''अगं, ल्युडो चार जणांतच खेळता येतो; पण सापशिडी कितीही जणांत खेळता येईल ना... काय?''

''अं... आम्ही चार जणच तर आहोत...!''

''अगं, तू स्वतःला पण मोज की...''

''अय्या खरंच की, आम्ही पाच जण आहोत! सॉरी, बाबा.''

खेळ सुरू झाला आणि भिंतीकडं पाहत शंतनू म्हणाला, ''ए... आमच्याकडे सेम-टू-सेम कॅलेंडर आहे.''

वेदांगी मोठ्या आवाजात म्हणाली, ''हो हो... आमच्याकडेही... एकदम डिट्टो डिट्टो कॅलेंडर आहे.''

हळूच एक घर जारतीचं पुढं जात नेहा म्हणाली, ''आईशप्पथ... आमच्याकडं पण यहींच है... म्हणजे अशीच वरती ॲड आहे आणि खाली अशाच डेट्स आहेत.''

पार्थ तिला चिडवत म्हणाला : ''अगं डेट्स तर सगळ्यांच्या सेमच असणार ना...? तू भी ना...''

सगळे खर्व खर्व हसू लागले आणि नेहा हिरमुसली. आपलं काय चुकतंय, हे तिला कळेना.

हात हवेत फिरवत पालवी म्हणाली, ''मला एक आयडिया सुचली आहे. एकदम झूमिंग झूम आयडिया.''

सापशिडीचा खेळ बाजूला ढकलत सगळे म्हणाले, ''अगं, मग सांग लवकर...''

''म्हणजे मला असं वाटतं, की आपल्या प्रत्येकाच्या घरातलं कॅलेंडर एकदम वेगळंच असलं पाहिजे. एकदम युनिक असलं पाहिजे...''

''म्हणजे काय?''

''अं... म्हणजे, आपल्यासारखं कॅलेंडर अख्ख्या जगात कुठंच असायला नको.''

सगळे करवादून ओरडले, ''अगं पालवे, म्हणजे... म्हणजे काय?''

नेहा पिरपिरत म्हणाली, ''पण सगळ्या कॅलेंडरच्या डेट्स सेमच असणार ना?''

पालवी तिला समजावत म्हणाली : ''हो. डेट्स सेमच असतील; पण वरचा भाग वेगळा असेल... अगदी जगावेगळा...!''

आता सगळेच हैराण झाले. त्यांना कुणाला हे 'जगावेगळा' म्हणजे काय ते समजेना. मुलं उगाचच गोंधळ करू लागली.

पदराला हात पुसत किचनमधून आई म्हणाली, ''अगं पालवी, मला माहीत आहे, की तुला काहीतरी भन्नाट कल्पना सुचली आहे. शांतपणे विचार कर आणि काय ते नीट सांग. मीपण ऐकते आहे.''

पेपर वाचत बसलेले बाबासुद्धा पेपर बंद करून, पालवी काय सांगते ते ऐकायला पालवीजवळ येऊन बसले.

बाबांच्या अशा सहवासानं आणि आईच्या सकारात्मक बोलण्यानं पालवीला धीर आला.

पालवी दबकतच म्हणाली, ''या अशा कॅलेंडरमध्ये आपल्याला नको असलेली भरमसाठ माहिती ठासून भरलेली असते. उदाहरणार्थ, कुणाकुणाची जयंती-पुण्यतिथी, कुठल्याशा व्रतांची उद्यापनं, गावोगावच्या यात्रा आणि जत्रा... आणि यातल्या तारखाही दोन रंगांतच असतात...''

बाबा धीरानं म्हणाले : ''म्हणजे, तुला नेमकं म्हणायचंय तरी काय, पालवी...?''

''आपल्या घरातलं कॅलेंडर हे 'आपलंच' असलं पाहिजे.''

सगळी मुलं वैतागून ओरडली, ''म्हणजे काय...?''

''अरे, माझं बोलणं तर पुरं होऊ द्या. म्हणजे, आपल्या घरातलं कॅलेंडर हे 'आपल्याच घरातल्या' गमतीजमती सांगणारं हवं... उगाच दुनियादारी नको...''

पालवीला थांबवत पार्थ म्हणाला, ''आलं लक्षात. म्हणजे आपल्या घरातल्या कॅलेंडरवर फक्त आपल्याच कुटुंबातल्या व्यक्तींचे वाढदिवस हवेत... हो किनई?''

बाबा म्हणाले : ''बिलकूल सही!''

आता सगळ्यांचेच 'आयडिया जनरेटर' सुरू झाले :

'कॅलेंडरवरची चित्रंपण घरातल्या मुलांनीच काढलेली हवीत...'

'नाही... नाही. काही चित्रं आई-बाबांनीही काढलेली चालतील.'

'आपल्या परीक्षांच्या तारखा लाल रंगात आणि सुट्ट्यांचे सर्व दिवस मात्र हिरव्या रंगातच हवेत.'

'वाढदिवसाच्या चौकोनात तारीख न लिहिता बर्थडे केकचं चित्र काढायचं आणि खाली त्या व्यक्तीचं नाव लिहायचं...'

'आणि... लग्नाचा वाढदिवस असेल तर दोन बर्थडे केकचं चित्र हवं.'

'ओ मिस्टर, एखाद्या महिन्यात जर चार-पाच वाढदिवस आणि लग्नाचे दोन वाढदिवस असतील ना, तर त्या महिन्यात आपल्याकडं येणारी माणसं कॅलेंडरवरचा 'केक-खजिना' पाहून आपल्याकडे केकची ऑर्डरच नोंदवतील; म्हणून मला वाटतं,

मित्र आणि मैत्रिणींच्या वाढदिवसासाठी काहीतरी वेगळी आयडिया हवी हं.'

'खरंय. मित्र-मैत्रिणींच्या वाढदिवसांसाठी आपण जांभळा रंग वापरू आणि तो चौकोन मस्त डेकोरेट करू...'

'त्यापेक्षा त्या वाढदिवसाच्या चौकोनात निरनिराळ्या रंगांत, वेगवेगळ्या आकारांतली चॉकलेट्स किंवा गिफ्ट्स काढू...'

'हां, हीपण आयडिया मस्त आहे.'

'पण आपल्या कॅलेंडरचा आकार काय ठेवायचा?'

बाबा म्हणाले, ''मी काही गोष्टी सुचवू का...?''

''हो... अगदी लगेच...,'' सगळेच ओरडले.

''प्रत्येकाच्या कॅलेंडरचा आकार सारखाच हवा, असं काही नाही,'' बाबांनी मत मांडलं.

बाबांना थांबवत आई म्हणाली, ''इतकंच काय, प्रत्येक महिन्याचा आकारही सारखाच हवा असंही नाही. म्हणजे जानेवारी महिना गोल, फेब्रुवारी मोठा त्रिकोण, तर मार्च महिना लंबगोल अशी मजाही करता येईल...''

''पण आई... हे सगळे महिने एकत्र कसे ठेवायचे गं?''

''पण कशाला ठेवायचे? जो महिना असेल त्या महिन्याचं पान भिंतीवर लावायचं आणि बाकीचे महिने फाईलमध्ये ठेवायचे.''

सगळेच आनंदानं ओरडले, ''वॉव... मस्त आयडू... फंडू का झंडू.''

वेदांगी म्हणाली, ''ओए... चित्रांविषयी माझ्याकडं एकदम झूमिंग झूम आयडिया आहेत.''

बसल्या जागेवरच उड्या मारत शंतनू म्हणाला, ''अगं, सांग लवकर. कधी घरी जातोय आणि काम सुरू करतोय, असं झालंय मला.''

''जुना टूथब्रश वापरून स्प्रे पेंटिंग करता येईल. हाताची बोटं, भेंडीचे काप, चुरगळलेले कागद वापरून ठसेकाम करता येईल. निसर्गचित्र किंवा जाहिराती यांमधली रंगीत चित्रं कापून कोलाज करता येईल,'' वेदांगीनं सांगितलं.

सगळ्यांना थांबवत बाबा म्हणाले, ''आता आपण कुणाला किती पानं, ते ठरवू या. कारण, आता चित्र काढण्यासाठी माझे हात शिवशिवू लागलेत.''

बाबांना मागून मिठी मारत पार्थ ओरडला, ''मी सांगतो एक आयडिया. मे महिन्यातल्या दुसऱ्या रविवारी 'मातृदिन' असतो म्हणून मे महिन्याचं पान आईसाठी...''

आईचा हात धरत पालवी म्हणाली, ''आणि... आणि... जून महिन्यातल्या

तिसऱ्या रविवारी 'पितृदिन'
असतो म्हणून जून महिन्याचं
पान बाबांसाठी...''

मुलांना थांबवत आई-
बाबा म्हणाले, ''शेवटचं पान
सगळ्यांसाठी आणि उरलेली
पानं फक्त मुलांसाठीच...
काय?''

सगळी मुलं आनंदानं
ओरडली, ''वॉव... मस्त
आयडू... फंडू का झंडू.''

टाळ्या वाजवत शंतनू
म्हणाला, ''आणखी एक झूमिंग
झूम आयडिया. असंच कॅलेंडर
शाळेतल्या प्रत्येक वर्गालाही

करता येईल. त्या त्या वर्गातल्या मुलांचा वाढदिवस कॅलेंडरमध्ये असेल... नोव्हेंबर
महिन्यात 'बालदिन' असतो म्हणून ते पान वर्गातल्या सगळ्या मुलांच्या रंगीत
ठसेकामानं रंगून जाईल; तर सप्टेंबर महिन्याचं पान शिक्षकांसाठी राखीव राहील.
हा... हा... आणि डिसेंबर महिन्याचं पान एका वर्गानं तयार करावं आणि ते
दुसऱ्या वर्गात लावावं...''

सगळी मुलं पुन्हा आनंदानं ओरडली, ''वॉव... मस्त आयडू... फंडू का
झंडू... तो फिर, हो जाए शुरू?''

❖ 'कॅलेंडरचा आकार ठरवणं, चित्र काढणं किंवा निवडणं, रंगसंगती या सगळ्याचं
   पूर्ण स्वातंत्र्य मुलांना देणं म्हणजेच मुलांना मदत करणं' हे पालकांनी लक्षात
   ठेवावं.

❖ कॅलेंडर तयार करताना त्यातली कठीण-किचकट कामं पालकांनी करायची
   आहेत. अशा वेळी पालकांनी मुलांना काम करण्याची विनंती करायची आहे,
   सक्ती नव्हे!

❖ मुलांसोबत काम करत असताना 'हे काय केलंस?', 'हे असं करतात का?' 'एवढं पण समजत नाही का तुला?' असे प्रश्न मुलांना अजिबात विचारू नयेत.

❖ मुलांनी केलेलं काम न आवडल्यास किंवा न समजल्यास ते मुलांकडूनच समजून घेण्याचा आटोकाट प्रयत्न करावा. आणि तरीही न समजल्यास 'शांत राहावं'! यामुळे तुमच्याविषयी इतरांना अधिक आदर वाटेल.

❖ 'चुकांचं खत घातलं तरच कल्पकतेला बहर येतो' ही चिनी म्हण नेहमी लक्षात ठेवा!

❖ ❖ ❖

चावा... वाचा...

बाबांच्या उत्तरावर खूश होत वेदांगी म्हणाली, ''आता काहीतरी वेगळं खेळू या; पण ते ऱ्हस्व आणि दीर्घ यांचे नियम बाजूला करून...'' यावर शंतनू टिचक्या वाजवत म्हणाला, ''आपण इंग्लिशमध्ये हा खेळ खेळू.'' सगळ्यांनी टिचक्या वाजवत आपला होकार दिला.

आज रविवार असल्यानं वेदांगी आणि तिचे आई-बाबा तयारीतच बसले होते. थोड्याच वेळात पार्थ, पालवी, नेहा आणि शंतनू हजर झाले.

''आज पोटात अशी काही भूक उसळली आहे, की मला तर वाटतंय पोटात भुकेच्या ज्वालामुखीचा उद्रेक होतोय...'' शंतनू म्हणाला. त्याला थांबवत वेदांगी म्हणाली, ''व्वा व्वा. तू काय पण एकेक शब्द वापरतोस...''

''अगं, त्याच्याकडं शब्दांचा सॉलिड स्टॉक आहे.''

''अरे मग... तोच स्टॉक टाक तुझ्या ज्वालामुखीत...''

सगळे फॅ फॅ हसू लागले.

इतक्यात बटाटेवडे तळल्याचा घमघमाट सुटला.

''वॉव... गरमागरम बटाटेवडे...''

''ओह. गरमागरम हा काय मस्त शब्द आहे. एकाच

शब्दात दोन ग, दोन र आणि दोन म,'' असं शंतनूनं म्हणताच वेदांगी म्हणाली, ''क्या बात है। आज आपण अक्षरांचे आणि शब्दांचेच गरमागरम खेळ खेळणार आहोत... पण...''

''पण.. गरमागरम बटाटेवडे चापल्यावर...'' सगळेच ओरडले.

नंतर लगेचच 'गरमागरमी-चापाचापी-बटाटेवडे-कोंबाकोंबी' असा कार्यक्रम 'हायहुई हायहुई' करत उत्साहात पार पडला.

आता सगळे ढेकर देत खेळ खेळायला सरसावून बसले.

''आपण अंताक्षरी खेळू या; पण सिनेमाची गाणी मात्र म्हणायची नाहीत...'' हे वेदांगीचं बोलणं पूर्ण होण्याआधीच पार्थ म्हणाला, ''मग काय डायलॉग म्हणायचे?''

सगळे हसणार इतक्यात आई म्हणाली, ''राम... राम...''

नेहा म्हणाली, ''रामनंतर मगर, नंतर रस.''

सुरूच झाली अंताक्षरी.

पालवी म्हणाली, ''रसनंतर सराव.''

शंतनू हातवारे करत म्हणाला, '''सराव'नंतर वरती-खालती; पण लक्षात घ्या, की वरती-खालती या शब्दात ती दीर्घ आहे. त्यामुळं तुमच्या पुढच्या शब्दाची सुरुवात दीर्घ 'ती' या अक्षरानंच व्हायला पाहिजे.''

नेहा म्हणाली, ''हॅ... त्यात काय? वरती-खालती नंतर 'तीन', 'तीन'नंतर 'नवीन', 'नवीन'नंतर 'नशीब'.''

पुन्हा एकदा शंतनू ओरडला, '' थांबा. 'नशीब'नंतर 'बशी'. इथं पण 'शी' हे अक्षर दीर्घ आहे. आता सांगा...''

बाबा हसतच म्हणाले, ''अरे, अशा गमती सोडवण्यासाठी आपल्याला 'शिर' असावं लागतं. नाहीतर वैतागून आपलीच 'शीर' उडू लागते! काय खरंय की नाही?''

बाबांच्या उत्तरावर खूश होत वेदांगी म्हणाली, ''आता काहीतरी वेगळं खेळू या; पण ते ऱ्हस्व आणि दीर्घ यांचे नियम बाजूला करून...''

शंतनू टिचक्या वाजवत म्हणाला, ''आपण इंग्लिशमध्ये हा खेळ खेळू...''

सगळ्यांनी टिचक्या वाजवत आपला होकार दिला.

''माझ्यापासून सुरुवात,'' असं म्हणत तो पुढं म्हणाला, ''Parth''

नेहा म्हणाली, ''Parthनंतर Huge.''

''Huge नंतर Egg,'' शंतनू किरकिरला.

पालवी म्हणाली, ''Eggनंतर Grand.''

''Grandनंतर Delicate,''आई म्हणाली.

पार्थ उड्या मारत म्हणाला, ''E वरून एकदम सोपा शब्द English.''

''हा तर मोठाच Humour,'' बाबा हळूच म्हणाले.

बाबांना टाळी देत वेदांगी म्हणाली, ''बाबा, यू आर Right.''

पार्थ चिडून म्हणाला, ''Right नंतर Table.''

हात उडवत शंतनू म्हणाला, ''आता मी सांगतो ते ऐका... Tableनंतर End म्हणजे End. आता हा खेळ बंद.''

''अरे, आता कुठं सुरुवात झाली आणि लगेच खेळ बंद?'' सगळेच चिरचिरले.

''अरे, ऐका तर. मला एक सॉलिड खेळ सुचलाय. एकदम भारी खेळ आहे. या खेळात असे काही शब्द शोधायला लागतील की डोक्यात नुसता शब्दांचा चिवडा होऊन जाईल. विचार करताना डोकं खाजखाज खाजवून खेळणाऱ्यांच्या डोक्याचे पेरू होतील...''

शंतनूला थांबवत सगळे ओरडले, ''अरे, काय ते सांग आता...''

वेदांगी हळूच कुरकुरली, 'ते ऱ्हस्व-दीर्घ प्रकरण नको हं त्यात.'

शंतनू सगळ्यांकडे ऐटीत पाहत बोलू लागला, ''हॅ...हॅ... या खेळात ऱ्हस्व-दीर्घ यांना थाराच नाही. खेळ नीट समजून घ्या बरं. आपण अंताक्षरी खेळताना पहिल्या शब्दातलं जे शेवटचं अक्षर असेल, त्यानं सुरुवात होणारा दुसरा शब्द आपण सांगतो. या खेळात थोडा वेगळा प्रकार आहे. म्हणजे एक शब्द मी सांगितला की माझ्या शब्दातलं पहिलं अक्षर हे तुमच्या शब्दातलं शेवटचं अक्षर असायला हवं... म्हणजे आपण याला हवं तर 'आद्याक्षरी' म्हणू शकतो...''

शंतनूला थांबवत आणि डोकं खाजवत पार्थ म्हणाला, ''अरे, शंतनूदादा मला काहीच कळलं नाही रे. थोडं सोपं करून सांग. नाहीतर माझ्या डोक्याचा पेरू व्हायचा.''

सगळेच फॅ फॅ हसू लागले.

''हसू नका. मी तुम्हाला एक उदाहरण सांगतो म्हणजे पटकन कळेल. मघाशी आपण 'राम' शब्दानं सुरुवात केली होती. आता माझा शब्द आहे 'रावण'. माझ्या शब्दातलं पहिलं अक्षर 'रा' आहे. आता तुम्ही मला असा दुसरा शब्द सांगा, ज्या शब्दातलं शेवटचं अक्षर 'रा' असेल.''

''एकदम सोपं. 'चारा'. हो किनई?'' पार्थ आनंदानं म्हणाला.

''शाबास पार्थ. आता पुढचा बरोबर शब्द कोण सांगेल...?''

''सांगते. 'साचा','' वेदांगी म्हणाली.

''व्वा. आता तुम्हाला जमलं की. 'साचा' नंतर 'घसा','' बाबा म्हणाले.

'''घसा'नंतर वाघ... वाघ... वाघ. बस्स. आता आपण गट करून खेळू या...'' पालवीची ही सूचना सगळ्यांनाच आवडली.

वेदांगी म्हणाली, ''गट करण्यापेक्षा मी आणखी एक आयडिया सांगते. एकदम खत्रूड आयडिया आहे. आपण सगळे गोलात बसू या. गोलाच्या मध्यभागी पेन्सिलीचा तुकडा ठेवू या. मी एक शब्द सांगेन आणि पेन्सिल गोल फिरवेन. पेन्सिलीचं टोक ज्याच्याकडं येईल त्यांं पुढचा शब्द सांगायचा. मग त्यांं शब्द सांगून पुन्हा पेन्सिल फिरवायची. ओके..?''

''ओके... बोके...पक्के...'' सगळेच ओरडले.

''माझ्यापासून सुरुवात.'' 'वेदांगी' असं म्हणत वेदांगीनं पेन्सिल फिरवली.

पेन्सिल हातात घेत शंतनू म्हणाला, ''पारवे.''

आता पेन्सिलचं टोक आलं पार्थकडे. पार्थ विचार करू लागला आणि बाकीचे गोंगाट करू लागले. इतक्यात पेन्सिल फिरवत पार्थ म्हणाला, ''ढलपा... ढलपा.''

पार्थनं इतक्या जोरात पेन्सिल फिरवली की ती उडून नेहाच्या मागं पडली. पेन्सिलीनंच डोकं खाजवत नेहा म्हणाली, ''अं...'ढलपा'नंतर... गाढ... गाढ.''

'गाढ'नंतर आली 'जागा' आणि 'जागा'नंतर आला 'राजा'.

शंतनूनं 'राजा' म्हणताच पालवी ओरडली, ''बावरा... बावरा.''

त्याच वेळी पालवीच्या हातातली पेन्सिल घेत बाबा म्हणाले, ''आता 'थांबा'... थांबा हो.''

बसल्या बसल्या डोलत आणि हात फिरवत पालवी म्हणाली : ''आता सुरू करू या नवीन खेळ. हाच खेळ पण इंग्लिशमध्ये आणि अर्थातच माझ्या नावापासून सुरुवात. तो हो जाए शुरू Palvi से.''

शंतनू म्हणाला, ''Trap.''

नेहा म्हणाली, ''Mat.''

वेदांगी म्हणाली, ''Sum.''

भीत भीत पार्थ म्हणाला, ''Pass.''

या Passनंतर Trip... Fat... Surf... Marks... Dam... Pad... Laptop अशी मालिकाच सुरू झाली. अचानक हात उंचावत शंतनू म्हणाला, ''थांबा. थांबा. थांबा. मला या खेळाचं नाव बदलायचं आहे.''

''पण का?''

''तर... खेळाचं नाव आहे 'चावा...वाचा'.''

''आता हे काय नवीनच?''

''हे एकदम फंड्रश नाव आहे. 'चावा...वाचा' असं म्हटलं की ती 'अंताक्षरी'पण होऊ शकते आणि 'आद्याक्षरी'पण!

सगळेच म्हणाले, ''बिलकूल सही.''

आईकडे पाहत डोळे मिचकावत शंतनू म्हणाला, ''आता आम्हाला काहीतरी चविष्ट चावायला द्या, तरच जीव वाचेल हो. नाहीतर फक्त वाचवा... वाचवा होईल.''

❖ अंताक्षरीनं सुरुवात करा.

❖ मुलांची सहनशक्ती संपण्याआधीच खेळात बदल करा.

❖ खेळाचे नियम बदलणं किंवा (तुमची इच्छा नसताना) खेळ थांबवणं यासाठी मुलांना हसत हसतच परवानगी द्या. ('त्याक्षणी मुलं तुमच्याकडं आदरानं पाहतील,' हा आनंदानुभव घ्या.)

❖ मुलांना शब्द सुचला नाही, तर त्यांना अनेक वेळा संधी द्या.

❖ तुम्हाला योग्य शब्द सुचला नाही, तर 'आपल्याला शब्द सुचला नाही' हे मोठ्या मनानं मान्य करा. अशा वेळी विनासंकोच मुलांची मदत घ्या.

❖ मुलांना चकित करण्यासाठी एखाद्या वेळी स्वत:हून राज्य घ्या.

❖ मुलावर राज्य आलं आणि त्याला शब्द सुचला नाही, तर लगेचच आनंदानं बेभान होऊन त्याला मूर्खात काढू नका! 'खरोखरीची शहाणी माणसं इतरांना मूर्ख म्हणत नाहीत,' ही चिनी म्हण लक्षात ठेवा.

फ्यूझन सापशिडी

पत्त्यात दोन रंग असतात. काळा आणि लाल. सर्व लाल पत्त्यांची किंमत वजा असेल. अं... आपण दोन पत्तेच घ्यायचे. दोन्ही काळे पत्ते आले तर मोठ्या संख्येतून लहान संख्या वजा करायची; पण दोन्ही लाल पत्ते आले, तर त्यांची किंमत वजा असल्यानं त्यांची बेरीज करून तेवढी घरं मागं जायचं...''

''ओए, म्हणजे हा लाल सापच झाला की!''

''हा तर महाब्रेक झाला!''

रविवार दुपार म्हणजे धमाल खेळकूट. पार्थ, पालवी, वेदांगी आणि शंतनू नेहाच्या घरी जमले होते.

नेहानं अगोदरच ठरवून ठेवलं होतं, की आज 'सापशिडी'च खेळायची. तिनं सापशिडीचा पट आणला; पण त्याचे फासे काही मिळेनात. शोधाशोध सुरू झाली.

मग नेहमीप्रमाणे 'इथंच तर ठेवले होते... काल पण इथंच होते... कुणी घेतलेत का?' अशी वाक्य-मालिका सुरू झाल्यावर बाबा 'काय ते' समजले. बाबा कपाटातला पत्त्यांचा कॅट घेऊन आले.

बाबांच्या हातात पत्ते पाहताच नेहा तडतडली, ''ओ बाबा... पत्ते कशाला आणलेत? आज आपण सापशिडी खेळायची आहे ना? नकोत ते पत्ते...''

पत्ते पिसत बाबा शांतपणे म्हणाले, ''अगं, पण मी कुठं म्हटलं, पत्ते खेळू या म्हणून? आपण सापशिडीच खेळू या की...''

आणखी तणतणत नेहा म्हणाली, ''म... पत्ते कशाला आणलेत? पत्ते कशाला पिसताय?''

''अगं, रागावू नकोस. तुझे फासे मिळत नाहीयेत ना... म्हणून मी हे पिसायचे फासे आणलेत गं. हे फासे घेऊन आपण खेळायची सापशिडी!''

''पण... पण कशी?''

''अगं, सोपी आयडिया आहे. आपण यातली सहा पानं घ्यायची. म्हणजे एक्का ते छक्की. ज्या कुणावर राज्य असेल त्याच्या पुढच्या मुलानं ही पानं पिसायची आणि ज्यावर राज्य असेल, त्यानं यातलं एक पान घ्यायचं...''

''म्हणजे एक्का असेल तर एक आणि पंजी असेल तर पाच...? असंच ना?''

बाबांनी मान डोलावली आणि सगळी मुलं ओरडली, ''वॉव... मस्त आयडू, फंडू का झंडू. आम्ही असं कधीच खेळलेलो नाही.''

आता फासा पिसून खेळायला सुरुवात झाली.

थोड्याच वेळात स्वयंपाकघरातली कामं आटोपून आईपण आली. प्रथम तिला हे काय चाललंय तेच कळेना. हे पत्ते खेळताहेत की सापशिडी, हे तिला समजेना.

आईची अडचण ओळखून पालवी म्हणाली, ''अगं आम्ही फ्यूजन केलंय फ्यूजन. पत्ते आणि सापशिडीचं फ्यूजन!''

'तुम्ही किती जण आहात?' असं आईनं विचारताच पार्थ हात उंचावत म्हणाला, ''हम पाँच.''

''तर मग तुम्ही वेगवेगळी पाच फ्यूजन करायला हवीत.''

''आँ... ती कशी काय?''

''अहो, जरा डोकं हलवा-डोकं चालवा-डोकं लढवा...''

आईचं बोलणं थांबवत वेदांगी उत्साहात म्हणाली, ''मला सुचली आहे दुसरी फ्यूजन आयडिया. स...स... सांगू का?''

सगळ्यांनी वेदांगीकडं पाहत भुवया उंचावल्या. ती बोलू लागली, ''अं... आत्ता आपण खेळण्यासाठी एक्का ते छक्की असे सहा पत्ते घेतले आहेत; पण आपण जर एक्का ते दशशी असे दहा पत्ते घेतले तर खेळाची गतीपण वाढेल. काय हरकत आहे असा प्रयोग करून पाहायला?''

''लई भारी. फास्टम् फास्ट आयडिया.''

आता १० पत्ते घेतल्यानंतर खरोखरच खेळाचा वेग वाढला. पुन्हा ज्याला एक्का आला तो खूप मागं पडला आणि ज्याला दश्शी आली तो भलताच पुढं गेला. त्यामुळं एक्का येणाऱ्याचं तोंड जरा एकीकडं व्हायचंच.

बाबा म्हणाले, ''या फास्टम् फास्टला थोडा ब्रेक लावायला पाहिजे; पण वेदांगीची फ्यूजन आयडिया नंबर दोन मात्र तशीच ठेवली पाहिजे. सांगा पाहू काय करता येईल?''

म्हणजे आता पुन्हा एकदा 'जरा डोकं हलवा-डोकं चालवा-डोकं लढवा...' असं करणं आलंच!

शंतनू किरकिरत म्हणाला, ''बाबा, तुम्हाला आयडिया माहीत असेल, तर सांगून टाका ना. मघापासून मलाच तीनदा एक्का आलाय आणि नेहाला दोनदा दश्शी...''

पालवी हळूच खुसफुसली, ''शंतनूला एक्का, कारण शंतनू पक्का.''

पालवीकडं पाहत डोळे वटारत आई म्हणाली, ''सांगते तिसरी आयडिया. आता आपण दहाच पानं घेतली आहेत. आता आपण ३० पानं घेऊ या...''

सगळे जणं शॉक लागल्यासारखे जोरात किंचाळले, ''का...य? तीऽऽऽस पानं? काहीतरीच काय?''

''मग तर या खेळाचं नाव सापशिडी न ठेवता फक्त शिडीशिडीच ठेवा की...'' नेहाच्या या बोलण्यावर तिला समजावत आई म्हणाली, ''आधी माझं सगळं बोलणं ऐकून तर घ्या. मला म्हणायचं होतं, किलवर, बदाम आणि इस्पिक यांची प्रत्येकी एक ते दहा अशी एकूण ३० पानं घ्या. पानं वाढल्यामुळं आपोआपच वेगवेगळी पानं येण्याच्या शक्यता वाढतील, असं वाटतंय. आपण खेळूनच पाहू की.. काय?''

''गुड आयडिया.''

पुन्हा नव्यानं खेळ सुरू झाला. सुदैवानं शंतनूला अट्टी आली आणि त्याचा चेहरा ठीक झाला. थोड्याच वेळात मुलांची चुळबूळ वाढली.

''तुमच्या लक्षात येतंय का? आकडे दहाच आहेत. आपल्याला आकडे दहाच ठेवून वेग कमी करता येईल का? अं... म्हणजे एक वेगळाच बदल केला तर येईलच...'' असं म्हणत बाबांनी उजव्या हाताची तीन बोटं बंद करून दोन बोटं हलवली.

हात वरती करत पार्थ ओरडला, ''मला कळलं; पण थोडसंच कळलंय... पण

तरीही मी सांगतो चौथी आयडिया. आपण दर वेळी एकच पत्ता घेतो, पण आता दोन पत्ते घ्यायचे... बरोबर?''

''शाबास पार्थ. आता पुढं सांग...'' असं बाबांनी म्हणताच वेदांगी वैतागून म्हणाली, ''काहीतरीच काय बाबा? दोन पत्ते घेऊन वेग कसा कमी होईल? मला नाही पटत.''

''अगं, पार्थनं अर्धा भागच सांगितला आहे. आता तू दोन पत्ते घे म्हणजे मी पुढचा भाग सांगतो.''

थोड्याशा अविश्वासानंच वेदांगीनं दोन पत्ते उचलले. तिचे पत्ते होते किलवर दश्शी आणि बदाम नव्वी. पत्त्यांकडे रागानं पाहत वेदांगी म्हणाली, ''हे काय? हे झाले १९. म्हणजे वेग वाढलाच ना?''

''अगं, जेव्हा आपण दोन पत्ते घेऊ तेव्हा मोठ्या संख्येतून लहान संख्या वजा करायची. म्हणजे आता तू १९ घरं पुढं जायचं नाही, तर फक्त एकच घर पुढं जायचं आहे. लागला की ब्रेक!'' बाबांचं बोलणं पूर्ण होण्याआधीच नेहा भीत भीत म्हणाली, ''पण समजा दोन्ही पत्ते सारखेच आले तर? तर काय करायचं..?''

''तर काहीच करायचं नाही.''

''का?''

''कारण वजाबाकी केल्यावर बाकी उरणार शून्य! म्हणजे ज्यांना दोन्ही पत्ते सारखेच येतील, त्यांनी आपली खेळी खेळायची नाही.''

आणि सगळी मुलं ओरडली, ''वॉव... मस्त आयडू, फंडू का झंडू.''

या फ्यूजन नंबर चार खेळात खरोखरच मजा येऊ लागली. वजाबाकी असल्यानं खेळातली उत्सुकताही वाढली. खेळ रंगू लागला.

शंतनूचं खेळात लक्ष नव्हतं. तो कुठलातरी विचार करत होता. त्याचा चेहरा अगदी गोंधळल्यासारखा झाला होता. तो चाचरतच म्हणाला, ''पाचवी आयडिया सुचते आहे... पण नीट कळत नाहीये...''

''अरे, आम्ही सगळे करू मदत, तू बोल तर...''

पत्त्यात दोन रंग असतात. काळा आणि लाल. सर्व लाल पत्त्यांची किंमत वजा असेल. अं... आपण दोन पत्तेच घ्यायचे. दोन्ही काळे पत्ते आले, तर मोठ्या संख्येतून लहान संख्या वजा करायची; पण दोन्ही लाल पत्ते आले, तर त्यांची किंमत वजा असल्यानं त्यांची बेरीज करून तेवढी घरं मागं जायचं...''

''ओए, म्हणजे हा लाल सापच झाला की!''

''हा तर महाब्रेक झाला!''

''पण एक काळा पत्ता आणि एक लाल पत्ता आला तर...''

''मुलांनो, खेळूनच पाहू या. म्हणजे कळेल... काय...?''

पालकांसाठी...

❖ 'पत्ते म्हणजे 'टिंब टिंब' असं अनेक पालकांना वाटतं; पण तसं नाही हे लक्षात घ्या. पत्ते सकारात्मक कामासाठी वापरा.

❖ पत्ते वापरून मुलांसोबत बेरीज, वजाबाकी, गुणाकार आणि भागाकार यांचे खेळ खेळा. हे खेळ खेळताना मुलांना कॅल्क्युलेटर वापरायची संधी द्या. तरीपण जर मुलांची उत्तरं चुकली, तर चिडचिड न करता त्यांना सुधारण्याचीही संधी द्या.

❖ मुलांना प्रश्न 'न विचारता' त्यांच्यासमोर प्रश्न मांडा आणि मुलांना त्यांच्या पद्धतीनं त्यातून मार्ग काढण्याची मुभा द्या.

❖ 'जे मुक्तपणे प्रश्नांना भिडतात, तेच उत्तराला गवसणी घालतात,' ही चिनी म्हण लक्षात ठेवा!

खुर्च्यांच्या भेंड्या

परवा मी एक स्पेशल 'आजी-आजोबाखुर्ची' पाहिली. दोन लाकडी खुर्च्या एकमेकींना बाजूबाजूला जोडल्या होत्या. म्हणजे दोन्ही खुर्च्यांचे डावे हात एकमेकींना जोडलेले होते. त्यामुळे एकमेकांसमोर बसून चहा पीत गप्पा मारता येतात आणि खुर्चीतून उठताना एकमेकांचा आधार घेऊन उठता येतं.

या रविवारी वेदांगीच्या घरी धामधूम सुरू झाली. आज खेळ खेळायचा, की गप्पा मारायच्या, की कुठली वस्तू तयार करायची, यावर वेदांगीच्या घरातल्यांचं एकमत होत नव्हतं. गेल्याच महिन्यात तयार केलेलं 'आपलं कॅलेंडर' भिंतीवर चमकोगिरी करत होतं. तिकडे पाहत वेदांगी म्हणाली, ''असंच काहीतरी करू या ना.''

''अगं पण काय करू या... ते तर सांगशील?''

''तेच तर सुचत नाहीए गं. बाबा, तुम्ही पटकन दोन मिनिटांत सांगा नं.''

बाबा चिरचिरत म्हणाले, ''कमाल आहे तुमची. अगोदरपासून तयारी करायला काय झालं होतं? तुम्ही आता तहान लागल्यावर पाण्याची पाइपलाईन टाकताय. दोन मिनिटांत सांगा म्हणजे...''

बाबांचं बोलणं सुरू असतानाच आई वैतागून संगणकासमोरच्या खुर्चीवर

धपकन् बसली. ही पाच चाकं असणारी आणि गोलगोल फिरणारी खुर्ची आईला घेऊन या कोपऱ्यातून त्या कोपऱ्यात झुपकन् गेली.

''अगं, माझी खुर्ची मोडशील,'' असं बाबांनी भिऊन ओरडताच आई म्हणाली, ''मिळाला खेळ... खेळ मिळाला.''

हे बोलणं ऐकताच बाबा विस्कटलेच! ते चिडून म्हणाले, ''माझी खुर्ची म्हणजे तुम्हाला काय खेळणं वाटलं काय? माझ्या खुर्चीशी अजिबात कुणी खेळायचं नाही.''

''अहो, आम्ही खुर्चीशी खेळणार आहोत... पण तुमच्या नव्हे...'' आईचं बोलणं पूर्ण होण्याआधीच पार्थनं विचारलं, ''म... कुणाच्या?''

पदर खोचत आई म्हणाली, ''ते तुम्हाला सगळे जण आल्यावरच कळेल.''

इतक्यात दारावरची बेल वाजली. सगळी गँग आत आली.

आल्या आल्या शंतनूनं विचारलं, ''वेदांगी, आजचा बेत काय आहे?''

पार्थ गडबडून म्हणाला, ''तब्येत ना? सगळ्यांची ठीक आहे.'' यावर मात्र सगळ्यांनीच हा हा हू हू केलं.

थोडासा खाऊ खाऊन वेदांगी, पार्थ, शंतनू, नेहा आणि पालवी समोरासमोर बसले. वेदांगीचे आई-बाबा पण त्यांच्यात मिसळले.

आज आपण थोडा वेगळा खेळ खेळणार आहोत. हा खेळ आपण दोन गटांत खेळू या. या खेळात तुमच्या कल्पनाशक्तीला आणि कल्पकतेला प्रचंड ताण द्यावा लागणार आहे. या खेळात हार-जीत असं काही नाही. कारण, इथं महत्त्व आहे तुमच्या कल्पकतेला, जिंकण्याला नव्हे. आणि हा खेळ...'' आईला थांबवत पार्थ म्हणाला, ''आता हा खेळ सुरू करू या आणि मी तुझ्या गटात.''

पार्थला जवळ घेत आई म्हणाली, ''हो... हो. तुम्ही सगळ्यांनी अनेक खुर्च्या पाहिल्या आहेत. एकाच ठिकाणी पण वेगवेगळ्या कारणांसाठी, माणसांसाठी अगदी वेगळ्याच खुर्च्या तुम्ही पाहिल्या आहेत. काही अगदी चित्र-विचित्र,

सुंदर आणि भीतिदायकसुद्धा! आज आपण अशाच खुर्च्यांच्या भेंड्या खेळणार आहोत.''

हे ऐकताच सगळी मुलं किंचाळली, ''का...य? खुऽऽच्यांच्या... भेंऽऽड्या..? काहीतरीच काय?''

''आधी माझं बोलणं तर पूर्ण होऊ दे. आपण दोन गटांत बसू. मी, पार्थ आणि नेहा एका गटात. बाकी सगळे दुसऱ्या गटात. एक छोटासा क्लू देते आणि आपण खेळ सुरू करू. एका गटानं एक खुर्ची सांगितली, की दुसऱ्या गटानं त्यापेक्षा वेगळी खुर्ची सांगायची. एकाच ठिकाणच्या; पण दोन वेगवेगळ्या खुर्च्याही चालतील. म्हणजे उदाहरणार्थ...'' आईला थांबवत पार्थ म्हणाला, ''मी सांगतो. संगणकासमोरची पाच चाकांची गोल फिरणारी खुर्ची.''

पालवी म्हणाली, ''आमच्या घरातली पत्र्याची फोल्डिंगची खुर्ची.''

नेहा म्हणाली, ''डायनिंग टेबलसमोरची प्लास्टिकची खुर्ची.''

शंतनू म्हणाला, ''आमच्या घरातली हात असणारी प्लास्टिकची खुर्ची...''

पार्थ चुळबुळत काही ओरडणारच होता; पण त्याला थांबवत शंतनू म्हणाला, ''अरे पार्थू, डायनिंग टेबलासमोरच्या खुर्चीला हात नसतात. कारण जेवताना हात ठेवून बसायचं नसतं ना. कळलं का?''

पार्थला आतली खुर्ची दाखवत आई म्हणाली, ''भले शाबास.''

''एक खूप महत्त्वाची खुर्ची तुम्ही विसरताय,'' असं म्हणत आईनं आपले दोन्ही हात प्रथम मोकळे सोडले आणि मग गोल गोल फिरवले. नेहाला ही खूण बरोब्बर समजली आणि ती म्हणाली, ''व्हीलचेअर.''

बाबांनी बसल्या बसल्या उजवा हात पुढं केला आणि गोल फिरवला. क्षणभर विचार करत शंतनू म्हणाला, 'दिव्यांग व्यक्तींना चालवण्यासाठी जी तीनचाकी सायकल असते, त्यातली खुर्ची.'

पार्थ म्हणाला, ''भले शाबास.''

आईनं पार्थकडे पाहत दातावर टिचक्या मारल्या आणि पार्थ म्हणाला, ''कळलं. डेंटिस्टकडची खुर्ची. बाप रे मला तर भीतीच वाटते तिची.''

पालवी म्हणाली, ''बँकेतल्या कॅशियरची खुर्ची. किती उंच असते ती. मी तर एकदा बाहेरच्या खुर्चीवर चढूनच ती आतली खुर्ची पाहिली...''

पालवीचं बोलणं पूर्ण होण्याआधीच नेहा म्हणाली, ''य्येस! बँकेतल्या बसायच्या खुर्च्या. या तीन खुर्च्या एका रांगेत एकमेकींना जोडलेल्या असतात.''

''मोटारीमधली ड्रायव्हरची सीट म्हणजेच खुर्ची. ही इतर सगळ्या खुर्च्यांपिक्षा वेगळीच असते. ही खुर्ची हातानं वर-खाली, पुढं-मागं करता येते,'' हे वेदांगीचं बोलणं संपताच पार्थ म्हणाला, ''अं... अं... वैमानिकाची म्हणजे पायलटची खुर्ची.''

हे ऐकल्यावर शंतनू बोललाच, ''हॅ... ती पण वर-खाली आणि पुढं-मागंच होणार ना? म्हणजे काही ती वेगळी नव्हे.''

पण त्याला खुणेनंच थांबवत नेहा म्हणाली, ''पार्थनं अर्धीच गोष्ट सांगितली आहे. पायलटची खुर्ची हाताने नव्हे, तर बटणानं ॲडजस्ट होते आणि त्याहीपेक्षा महत्त्वाचं म्हणजे त्या खुर्चीत आणखीही काही खुब्या असतात.''

''ठीकाय. आगगाडीच्या वातानुकूलित डब्यातली खुर्ची.''

''त्याच आगगाडीतल्या साध्या डब्यातल्या खुर्च्या.''

''सुमो गाडीतल्या मागच्या आडव्या खुर्च्या.''

''एसटीमधली शेवटची लंबेलांब खुर्ची.''

''थिएटरमधली मऊ, गुबगुबीत आणि पुढं ढकलली जाणारी खुर्ची.''

''शाळेमध्ये मुख्याध्यापक बसतात ती खुर्ची.''

''काही परिषदांमध्ये किंवा काही कॉलेजमध्ये, खुर्चीच्या डाव्या हातावर फोल्डिंग पॅड असणाऱ्या खुर्च्या असतात, म्हणजे त्यावर वही ठेवून लिहिणं सोपं होतं.''

''माटे माटे, मेरे बाल काटे... अरे आपण विसरलोच की आपली सलूनमधली राजेशाही खुर्ची.''

''ओके बोके, काम पक्के... आमच्या टकाटक ब्यूटीपार्लरमधली फंडू-गुंडू खुर्ची.''

बाबांनी आईकडे बघत उजव्या हाताची दोन बोटं हलकेच कपाळावर फिरवत, खाली गालावर सोडली. ही खूण आईलाच समजली.

''लग्नात नवरा-नवरीला बसण्यासाठी स्टेजवर असणारी लालेलाल खुर्ची. आणि हो, त्याच लग्नात आम्हाला बसायला मात्र पांढऱ्या सिल्कचं गाऊन घातलेल्या प्लास्टिकच्या खुर्च्या.''

''आजोबांसाठी ऐसपैस लाकडी आरामखुर्ची.''

''परवा मी एक स्पेशल आजी-आजोबाखुर्ची' पाहिली. दोन लाकडी खुर्च्या एकमेकींना बाजूबाजूला जोडल्या होत्या. म्हणजे दोन्ही खुर्च्यांचे डावे हात एकमेकींना जोडलेले होते. त्यामुळं एकमेकांसमोर बसून चहा पीत गप्पा मारता येतात आणि खुर्चींतून उठताना एकमेकांचा आधार घेऊन उठता येतं.''

''ओए ओए... एक भन्नाट खुर्ची राहिलीच की. जत्रेतल्या आकाशपाळण्यातली, पोटात गोळा आणणारी खतरनाक खुर्ची.''

''आणि त्याच जत्रेतल्या गरगर फिरणाऱ्या मेरी-गो-राउंडमधली चक्करबक्कर खुर्ची.''

''आपल्याला सिनेमे दाखवणारी, गाणी ऐकवणारी विमानातली खुर्ची; पण गंमत म्हणजे, पुढच्या माणसाची खुर्ची मागच्या माणसाला सिनेमा दाखवते.''

''एका मोठ्या कातडी पोत्यात थर्मोकोलचे ढीगभर मणी भरतात, की झाली बीन खुर्ची तय्यार! बसल्यावर बक्कन् आत जाणारी आणि सतत आपला आकार बदलणारी बीनची खुर्ची.''

''आता जरा थांबू या का? त्या बीन खुर्चीप्रमाणे माझ्या पोटाचा आकार तर बदललाच आहे; पण ते सारखे बक्कन् आतही जात आहे; त्यामुळं आता माझ्या पोटाच्या पोत्यात काहीतरी भरावंच लागेल. नाहीतर...''

यानंतर आईकडे पाहत सगळेच पोटावरून हात फिरवत म्हणाले, ''नाहीतर... नाहीतर... आम्हा सगळ्यांच्याच बीन खुर्च्या होतील हो... बीन खुर्च्या होतील...''

''तुमच्या बीन खुर्च्यांच्या पोत्यात भरण्यासाठी ढीगभर ढोकळा तयारच आहे.''

असं आईनं म्हणताच सगळ्या बीन खुर्च्यांना हात फुटले आणि त्या दोन पायांवर उभ्या राहिल्या!

❖ फक्त मुलांना बोलतं करण्यासाठी नव्हे, तर त्यांची स्मरणशक्ती आणि निरीक्षणशक्ती तीव्र करण्यासाठी हा खेळ आहे. म्हणून तुम्ही मौनात राहा आणि आवश्यक वाटल्यास खुणेनं क्लू द्या. हे मुलांना अधिक प्रोत्साहित करेल.

❖ खुर्चीप्रमाणेच पंखा, टेबल, घड्याळ, पुस्तक, वही, लेखणी किंवा पर्स अशा अनेकानेक गोष्टींचा उपयोग भेंड्यांसाठी सहजी करता येईल; पण यासाठी तुम्ही पूर्वतयारी करा. कारण, खेळताना आपले पालक जर तुल्यबळ असतील, तरच मुलांना कडकडीत आनंद होतो.

❖ 'पूर्वतयारी न केलेले पालक मुलांना भुसभुशीत वाटतात' ही चिनी म्हण लक्षात ठेवा.

खाऊ-कार्ड

सात मिनिटं मुलं मन लावून मेनूकार्ड वाचत होती. आज त्यांनी प्रथमच पहिल्यापासून शेवटपर्यंत मेनूकार्ड वाचलं होतं. ''कमालच आहे! इथं १५८ पदार्थ मिळतात, हे मला माहीतच नव्हतं...'' वेदांगी हे सांगत असतानाचा तिला थांबवत शंतनू म्हणाला, ''काहीतरीच काय? १५८ नव्हे तर १८९ पदार्थ मिळतात. ती मधली दोन पानं चिकटलेली असतील म्हणून तू मोजली नसशील.''

आज मोठा योगायोगांचा रविवार होता. म्हणजे आज नेहाच्या आई वडिलांचा लग्नाचा वाढदिवस होता, शंतनूच्या आईचा वाढदिवस होता आणि वेदांगीच्या बाबांचा पण वाढदिवस होता. मग सगळ्यांनी ठरवलं की आज आपण बाहेरच जेवायला जाऊ. 'बाहेरच जेवायचं आणि बाहेरच खेळायचं' असं समजताच मुलं तर आनंदाने उसळू लागली.

हॉटेलात गेल्यावर टेबलाला टेबल जोडून एक लंबेलांब टेबल तयार केलं. मग सगळे बसले समोरासमोर. नेहाची आईने मुलांना विचारलं, ''काय खाणार?''

डोळे मोठे करून भुवया ऊंचावत मुलं म्हणाली, ''काय खाऊ?''

इतक्यात वेटरने मेन्यू कार्डचा गठ्ठाच आणला. पाचही मुलांना एकेक मेन्यू कार्ड आणि मोठ्या माणसांना मिळून फक्त दोन. हातात मेन्यू कार्ड पडताच, 'आता काय-काय खायचं?' यासाठी शोधाशोध सुरू झाली. आता 'हे खाऊ की ते खाऊ?' असं मुलांना वाटत असतानाच नेहाची आई म्हणाली, ''थांबा. आजचा खेळ इथूनच सुरू होत आहे...''

वेदांगी किरकिरली, ''म्हणजे? आम्ही काही खायचंच नाही वाटतं?''

''ही चायनीज नावं वाचून माझी जीभ तर अशी खवळलीय ना... की आत्ता म्हणजे आत्ताच खायला हवंय,'' जिभल्या चाटत शंतनू म्हणाला.

''अरे, ज्याला जे पाहिजे ते खायला तर मिळणारच आहे. आपण खात-खात खेळू या आणि खेळत-खेळत खाऊ या. काय?'' असं आईने म्हणताच सगळ्यांचे चेहरे फुलले. ''आज आपल्याला कमीत कमी दहा खेळ तरी खेळायचेत.''

आईचं बोलणं पूर्ण होण्याआधीच पार्थ कुरकुरला, ''पण म... दहा-दहा खेळ खेळतच बसलो, तर मग खायचं कधी?''

इतक्यात वेटरने मुलांच्या समोर गरमागरम हराभरा कबाब आणून ठेवले. मुलं त्यावर आक्रमण करणार होतीच, तेवढ्यात आई म्हणाली, ''हे हराभरा कबाब खास आपल्यासाठी तयार केलेले आहेत. ते लक्ष देऊन खा...''

एक कबाब तोंडात कोंबत आणि हायहुई करत पार्थने विचारलं, ''म्हॉणजॅ? खॉताना कसं लॉक्ष देणार? ते तर तोंडात असणार ना?''

हे ऐकताच बाबांना असा काही ठसका लागला की सगळेच हसू लागले.

आई हसतच म्हणाली, ''अरे, हे कबाब खाल्ल्यानंतर मी तुम्हाला फक्त दोनच प्रश्न विचारणार आहे बरं.''

वेदांगी आणि शंतनूने कबाब गरम असल्याने त्याचे तीन तुकडे केले आणि आतली वाफ बाहेर जाऊ दिली. पालवीने पण तीन तुकडे केले; पण ती आतला हिरवेपणा निरखून पाहत होती. नेहा मात्र शांत बसून कबाब थंड होण्याची वाट पाहत होती.

''आता सांगा बरं, या हराभरा कबाबमध्ये काय काय हिरवं आहे आणि काय हिरवं नाही? हे तळलेले आहेत की तंदूरमधून शेकून काढलेले आहेत? तुम्ही जर चवीने खाल्लं असेल, तर तुम्हाला लगेचच सांगता येईल.''

मुलं भराभरा बोलू लागली.

''अं... यामध्ये पालक, कोथिंबीर, कोबी या हिरव्या गोष्टी असणार.''

''शेंगदाण्याचं कूट असणार.''

''आलं, लसूण आणि जीरं पण होतं.''

''आणि तिखट, मीठ.''

''एक महत्त्वाची गोष्ट राहतेय. त्याची चव तुम्हाला जिभेच्या मधल्या भागाजवळ कळते, तर काही वेळा गिळताना त्याचा वास आणि झणझणीतपणा कळतो. आज त्याला मी मुद्दामहूनच 'ते' घालायला सांगितलं होतं. ओळखा पाहू.''

''काहीतरी क्लू दे ना गं आई..''

''आपल्या मिसळण्याच्या डब्यात असतो. कुठल्याही पदार्थात घालण्यापूर्वी याला हातावर थोडं भरडून घ्यावं लागतं...''

''कळलं. ओवा... ओवा.''

आपले तेलकट हात दाखवत नेहा म्हणाली, ''ये तो तंदूरका है ही नही.''

''आता आपण बारा मिनिटं एक खेळ खेळू. तोपर्यंत तुमच्यासाठी दुसरा पदार्थ तयार होत आहे. आता तुम्ही मेन्यू कार्ड पहिल्यापासून शेवटपर्यंत नीट वाचा. अधिकाधिक पदार्थांची नावं लक्षात ठेवण्याचा प्रयत्न करा.''

हे ऐकताच मुलांनी माना डोलावल्या.

''मग मी तुम्हा चौघांना चार वेगवेगळी कामं देणार आहे.''

''हे चौघे कोण?''

''अरे, वेदांगी आणि पार्थ यांचा

एक गट. आणि बाकी तुम्ही तिघे. आता संपूर्ण मेन्यू कार्ड वाचण्यासाठी तुम्हाला मिळतील सात मिनिटं. सात मिनिटांनी मी तुमच्याकडून मेन्यू कार्ड परत घेईन.''

''ऑ... म... आम्हाला काय मिळेल?''

''तुम्हाला एक वही-पेन मिळेल. त्याचं काय करायचं ते सात मिनिटांनी कळेल. आपका समय शुरू होता है अब।''

सात मिनिटं मुलं मन लावून मेन्यू कार्ड वाचत होती. आज त्यांनी प्रथमच पहिल्यापासून शेवटपर्यंत मेन्यू कार्ड वाचलं होतं.

''कमालच आहे! इथे १५८ पदार्थ मिळतात हे मला माहीतच नव्हतं,'' वेदांगीला थांबवत शंतनू म्हणाला, ''काहीतरीच काय? १५८ नव्हे, तर १८९ पदार्थ मिळतात. ती मधली दोन पानं चिकटलेली असतील म्हणून तू मोजली नसशील.''

''अय्या खरंच की!''

आईने खूण करताच सगळ्यांनी मेन्यू कार्ड बंद केली.

चारही गट वही पेन घेऊन बसले.

''आता तुम्हाला मिळणार आहेत फक्त पाच मिनिटं. या पाच मिनिटांत तुम्ही या मेन्यू कार्डमधली जास्तीत जास्त नावं लिहायची आहेत. जो जास्त नावं लिहील त्याला एक बक्षीस मिळेल. करा सुरू...''

मुलं धडाधड लिहू लागली. पहिली दोन मिनिटं लिहिण्याचा वेग सगळ्यांचा सारखा होता. नंतर मात्र चुळबूळ वाढली. हे आठवतंय तर ते विसरतंय, असं काहीसं होऊ लागलं.

पाच मिनिटं संपताच आईने खूण केली. वेदांगीने ३९, नेहाने ४१, पालवीने ३५, तर शंतनूने सर्वांत जास्त, म्हणजे ४३ पदार्थांची नावं लिहिली होती.

शंतनू म्हणाला, ''मला बक्षीस आत्ताच्या आत्ताच पाहिजे.''

इतक्यात वेटरने सगळ्यांच्या पुढ्यात पनीर चिली ड्राय आणून ठेवलं. ते इतकं गरम होतं की पार्थला काही लगेच खाता येईना. पार्थ म्हणाला, ''हे जरा निवलं पाहिजे गं. तोपर्यंत काहीतरी खेळ सांग ना...''

''नक्की. आता तुम्ही सगळ्या पदार्थांची नावं वाचलीच आहेत. प्रत्येक

पदार्थखाली एका ओळीत त्या-त्या पदार्थाची माहिती पण दिली आहे. आणि ज्या पदार्थखाली त्याची माहिती नसेल अशांसाठी तुम्ही आमची मदत घेऊ शकता.''

''अगं, पण आम्ही करायचंय काय? नवीन पदार्थ-बिदार्थ तयार करायचे की काय..?''

''आधी ऐका नीट. या वेळीही तुम्ही चार गटांत काम करणार आहात. प्रत्येक गटाला एक टास्क असणार. यासाठी तुम्हाला वेळ मिळणार आहे फक्त १० मिनिटं. नेहाने दुधाचे पदार्थ, शंतनूने पनीर असणारे पदार्थ, वेदांगी आणि पार्थने तांदूळ असणारे पदार्थ आणि पालवीने तळलेले पदार्थ शोधायचे आहेत. समोरची डीश खात-खात हे काम करून चालेल. तुमचा वेळ सुरू झालाय.''

शंतनूला पुन्हा बक्षीस मिळवायचं असल्याने त्याने मेन्यू कार्डमध्ये लगेचच डोकं खुपसलं. बाकीचे पण कामाला लागले. खात-खात शोधताना मजा येत होती. शोधताना काही वेळा मुलं मोठ्या माणसांची मदत घेत होती.

वेदांगीचे बाबा म्हणाले, ''आज प्रथमच मी मेन्यू कार्ड इतक्या बारकाईने वाचतोय. इतके पदार्थ असतात हे मला माहीतही नव्हतं.''

यावर शंतनूची आई म्हणाली, ''हे तर खरंच आहे, पण नुसतं पनीर वापरून इथे १८ पदार्थ तयार केले जातात, हे तर मला आजच कळलं. कमालच आहे! या नुसत्या मेन्यू कार्डपासून खूप शिकण्यासारखं आहे हं.''

दहा मिनिटांत मुलांच्या याद्या तयार झाल्या. मुलांनी एकमेकांच्या याद्या पाहिल्या आणि त्यांना धक्काच बसला. शंतनूने पनीरचे पदार्थ लिहिले होते; पण त्यातले अनेक पदार्थ पालवीने तळलेले पदार्थ म्हणून लिहिले होते. कुठलाच पदार्थ नुसता नसतो, तर त्यावर झालेल्या क्रीया आणि प्रक्रियाही समजून घ्याव्या लागतात हे मुलांना नव्यानेच कळत होतं. आणि 'हॉटेलमध्ये इतके पदार्थ कसे काय मिळू शकतात?' याचं कोडं ही उलगडू लागलं होतं. मुलांनी केलेल्या याद्या पाहताना उत्सुकतेने आणि उत्साहाने सर्वांची बडबड वाढली.

इतक्यात सुग्रास जेवण समोर आलं आणि एकदम शांतता पसरली, कारण आता सगळ्यांचीच तोंडं बंद झाली होती.

नेहाचे बाबा ढेकर देत म्हणाले, ''हा वाढदिवस माझ्या नेहमी लक्षात राहील. कारण आज मला खूप नवीन कळलं आणि समजून घेऊन नव्यानेच मी खूप खाल्लं!''

पार्थ म्हणाला, ''बाकीचे खेळ कधी खेळायचे?''

पाणी पीत शंतनू म्हणाला, ''आता नको. माझं पोट भरलंय. आपण पुन्हा हॉटेलात जाऊ तेव्हा...''

❖ हा खेळ खेळण्यासाठी हॉटेलातच गेलं पाहिजे असं नाही. आपल्या घरातल्या पदार्थांची यादी करून हा खेळ घरातही खेळता येईल. इथे आवश्यक आहे ती पालकांची कल्पकता.

❖ हॉटेलमधे गेल्यावर मुलाने मेन्यू कार्ड पाहायला मागितल्यावर, त्याच्यावर खेकसू नका. 'तुला काय कळतंय यातलं?' असं तर मुलाला अजिबात म्हणू नका. (तुम्हालापण त्यातलं सगळं कळत नसतं, हे मुलांना कळलेलं असतं.)

❖ मुलांसोबत मेन्यू कार्ड वाचा. वाचता-वाचता त्यातल्या पदार्थांचा कल्पकतेने आस्वाद घ्या. मुलांशी गप्पा मारा.

❖ 'कल्पक पालकांची मुलं सुपर-कल्पक असतात तर टिंब टिंब पालकांची मुलं फक्त कल्पक असतात' ही चिनी म्हण लक्षात ठेवा.

❖❖❖

ही ही शाळा... ती ती शाळा

बाबा म्हणाले : ''तुम्ही सगळेच शाळेत जाता. आम्हीपण शाळेत गेलो होतो. काहींना शाळा आवडते, तर काहींना नाही आवडत. काहींना दुसऱ्यांची शाळा आवडते; पण तरीही प्रत्येक मुलाला वाटतं, की आपल्या शाळेत 'हे हे' असतं आणि 'ते ते' असतं, तर किती बरं झालं असतं? आज आपण या 'हे हे' आणि 'ते ते'विषयीच गप्पा मारणार आहोत.''

 हा रविवार पालवीच्या घरी ठरला होता. पालवीची आई नुसती सुगरणच आहे असं नव्हे, तर नवनवे पदार्थ करून इतरांना खाऊ घालायलाही तिला फार आवडतं. वेदांगी, पार्थ, नेहा आणि शंतनू हे सगळे वेळेवरच आले. आल्या आल्याच शंतनू म्हणाला, ''काल रात्री मी जेवलोच नाहीए. आता मी मस्त आडवा हात मारणार आहे.''

''अरे बापरे! म्हणजे तू टेबलाखाली लोळत खाणार की काय?'' या पार्थच्या प्रश्नावर काहीच न बोलता शंतनू पाय आपटत किचनमध्ये गेला आणि भेळेचा बकाणा भरून बाहेर आला.

''काय रे... मारलास का आडवा हात?'' असं बाबांनी विचारताच शंतनू गुरगुरला, ''नॉय ऑजून.''

पडद्याला हळूच हात पुसत पालवीची आई बाहेर येत म्हणाली, ''आधी आपण भेळ खाऊ. मग थोड्या वेळानं शेव-पुरी खाऊ आणि सगळ्यात शेवटी पाणी-पुरी...''

''ओए ओए जल्दी खाए, ओए ओए भेळ-पुरी खाए,'' मुलांनी एकच कल्ला सुरू केला.

मुलांनी चमचमीत, चटकदार भेळ मजबूत हादडली आणि त्यावर थंडगार वाळासरबत रिचवलं. मग मात्र सगळेच जरा सुस्तावले. बसलेली मुलं हळूहळू सरकत लोळायच्या तयारीतच होती. इतक्यात बाबांनी विचारलं, ''मग... आता काय...? लोळायचं? खेळायचं? की आणखी काही खायचं?''

''अं... जरा जास्तीच खाल्ल्यां अधिकच जड झालंय. आपण बसल्या बसल्या काहीही खेळू या,'' असं एकानं बोलताच बाकीच्यांनी माना डोलावल्या.

''आज आपण गप्पांचा एक वेगळाच प्रयोग करणार आहोत. म्हणजे सगळ्याच गोष्टी काही मी आत्ता सांगणार नाही; पण त्या तुम्हाला हळूहळू कळत जातील.''

बाबा म्हणाले, ''तुम्ही सगळेच शाळेत जाता. आम्हीपण शाळेत गेलो होतो.

कांहीना शाळा आवडते, तर कांहीना नाही आवडत. कांहीना दुसऱ्यांची शाळा आवडते; पण तरीही प्रत्येक मुलाला वाटतं, की आपल्या शाळेत 'हे हे' असतं आणि 'ते ते' असतं, तर किती बरं झालं असतं? आज आपण या 'हे हे' आणि 'ते ते'विषयीच गप्पा मारणार आहोत.''

''पण मला तर शाळेत खूप म्हणजे खूप खूपच गोष्टी असाव्यात असं वाटतंय. इतक्या खूप, की त्यासाठी लागणारे पैसे कुणाकडे नसतीलच. मग काय करायचं?''

''शाबास! चांगला प्रश्न विचारलास. तुम्ही अशी कल्पना करा, की तुम्हाला तुमच्या स्वप्नातली शाळा उभी करायची आहे आणि त्यासाठी तुमच्याकडे न संपणारा खजिना आहे. तर ती शाळा कशी असेल?''

''पण असं का करायचं?''

''हाही चांगला प्रश्न आहे. विमानाचा शोध लागण्याआधी कैक वर्षं ज्यूल व्हर्न यानं अशी कल्पना मांडली होती, की 'आकाशातून उडत जाणारी एक बस असेल. त्या बसला पंख असतील. ती उडत उडत एका देशातून दुसऱ्या देशात जाऊ शकेल.' तेव्हा सगळे लोक त्याला हसले होते; पण ज्यूल हा काळाच्या पलीकडे पाहणारा कल्पक लेखक होता. असा थोडासा प्रयत्न आपणही करू या. ...तर चला, आपापल्या शाळांचं काम सुरू करा... तुमच्या शाळा काय काय करतील आणि शाळेत काय काय असेल ते सांगा.''

''अं... मी सांगतो; पण कुणी हसायचं नाही हं. मला शाळेत जाताना कधी कधी खूप भीती वाटते, तर कधी जाऊच नये, असं वाटतं; पण माझ्या शाळेत मुलांना यावंसं वाटेल,

शाळा सुटली तरी थांबावंसं वाटेल आणि शाळेत आल्यावर त्यांना घरच्यासारखंच उबदार वाटेल.''

''आमच्या वर्गाचं वेळापत्रक जाम बोअर आहे. जेव्हा आम्हांला खूप उत्साह असतो, तेव्हा कुठला तरी रटाळ विषय घेऊन आम्हाला पिळून काढतात आणि दुपारी जेवल्यावर खेळायला पाठवतात. माझ्या शाळेत शिक्षक 'आज काय काय अभ्यास करायचा आहे' एवढंच सांगतील आणि त्याचं वेळापत्रक मुलंच तयार करतील.''

''माझी शाळा फक्त शिकण्यासाठी आणि परीक्षा देऊन पास-नापास करण्यासाठी अजिबात नसेल. माझ्या शाळेत अनेक गमतीजमती असतील, अनेक गोष्टी असतील. म्हणजे माझ्या शाळेत सुतारकाम, लोहारकाम, शेती, संगणकशास्त्र, चित्रकला, शिल्पकला, संगीत, नृत्य, नाटक, सिनेमा, विज्ञान, खगोलशास्त्र अशा विविध ८९ शाखांची दालनं असतील. एक वर्षभर किंवा मुलांना आपला सूर सापडेपर्यंत या दालनात मुलं रमतील आणि नंतर आपल्याला जे पाहिजे तेच शिकतील. त्यात संशोधन करतील.''

''मला आपल्या देशाबद्दल जी काही माहिती आहे, ती सगळी पुस्तकीच आहे. मुलांनी वेगवेगळे अनुभव घेत स्वतःहूनच शिकलं पाहिजे आणि मदतीला 'मित्र-शिक्षक' असावेत. मुलांचे छोटेछोटे गट असतील आणि प्रत्येक गटासोबत

मुलांनीच निवडलेला एक 'मित्र-शिक्षक' असेल. मुलं भारतभर फिरतील. गावागावात थांबतील. लोकांशी बोलतील. मुलांशी खेळतील. गावातल्या-शहरांतल्या वेगवेगळ्या स्थळांना, संस्थांना भेटी देतील. यातूनच ही मुलं भारताचा इतिहास, भूगोल, नागरिकशास्त्र, पर्यावरण, विज्ञान, गणित, शेती, भाषा आणि संस्कृतीही शिकतील. 'मित्र-शिक्षक' यासाठी त्यांना मदत करतील. एका वर्षानं हे सगळे गट एकत्र येतील. आपापले अनुभव शेअर करतील. पुन्हा नव्यानं बाहेर पडतील. अशी शिक्षणयात्रा हवी, असं वाटतं.''

''अं... मला थोडं वेगळंच सांगायचं आहे. खरं म्हणजे शाळा बांधण्याची गरज नाही. जसे अनेक संगणक एका सर्व्हरला जोडलेले असतात, तशीच शाळेची रचना करता येईल. म्हणजे मुलांना शाळेत एकाच ठिकाणी आणि एकाच वेळी येण्याची अजिबात गरज नाही. मुलं त्यांना पाहिजे ते आणि पाहिजे तिथं शिकू शकतील आणि त्याच वेळी ते सर्व्हर-शाळेच्याही संपर्कात असतील. मुलांना काही अडचण आली किंवा त्यांना अधिक मदत हवी असली, तर गावातलं संसाधनकेंद्र आणि सर्व्हर-शाळा मिळून तो प्रश्न सोडवतील. म्हणजे मग मुलं त्यांच्या सोईनं कुठंही, केव्हाही, कधीही आणि काहीही शिकू शकतील. शिक्षणाचा उत्सवच व्हायला पाहिजे.''

''हं. ही चांगली कल्पना आहे; पण अधिक खोलात जाऊन ती विकसित करायला हवी.''

''मला आणखीच वेगळं वाटतंय. आम्ही शाळेत उगाचच फापटपसारा शिकतो आणि जे आम्हाला नेमकं हवंय ते कधीच शिकत नाही. म्हणून प्रत्येक मुलानं स्वतःचा अभ्यासक्रम स्वतः ठरवला पाहिजे आणि तो किती वर्षांत पूर्ण करायचा, हेही ठरवलं पाहिजे. उदाहरणार्थ, ज्या गावात वीज नाही आणि चुलीवर स्वयंपाक करतात, त्या मुलांसाठी वेगळा अभ्यासक्रम असेल. म्हणजे कंदील साफ कसा करावा? कंदिलासाठी वाती कशा कराव्यात? सरपण कसं आणावं आणि कसं साठवावं? लाकडाशिवाय आणखी कुठल्या गोष्टींचा उपयोग इंधन म्हणून करता येईल? तसंच शहरातल्या मुलांसाठी विजेची बचत, उपकरणांची दुरुस्ती, प्रदूषण कमी होण्यासाठी उपाययोजना असा वेगळा अभ्यासक्रम असेल आणि गंमत म्हणजे एकाचा 'बेसिक अभ्यासक्रम' हा दुसऱ्याचा 'ॲडव्हान्स अभ्यासक्रम' असेल. असं काहीसं करायला पाहिजे. म्हणजे सगळे विषय त्या त्या मुलांच्या दैनंदिन जीवनशैलीशी आणि त्यांच्या भवतालाशी जोडून घेतले, तर शिकण्याची प्रक्रिया इतकी सहज-सोपी होऊन जाईल, की आपण कधी शिकलो, हेही मुलांना कळणार नाही.''

''मी एक सुचवू का?''

''अगं, सांग की...''

आई म्हणाली : ''माझ्या खूप गोष्टी शिकायच्या राहून गेल्या आहेत; पण आता त्या मला शिकायच्या आहेत आणि तेही परीक्षा देण्यासाठी नव्हे, तर माझ्या आनंदासाठी. म्हणून मला तर वाटतं, की शाळा ही फक्त मुलांची नसावीच. ज्यांना कुणाला शिकायचं आहे, त्यांच्यासाठी असावी आणि शाळा एका जागीपण नसावी. शहरात, कॉलनीत, गावात, वस्तीत फिरणारी शाळा असावी. शाळा चार दिवस वस्तीत मुक्काम करेल, तेव्हा 'त्या शाळे'ची सारी जबाबदारी ती वस्ती घेईल. मग चार दिवसांनी दुसरी शाळा वस्तीला येईल. या फिरत्या शाळेत प्रत्येकाला जे हवं ते शिकता येईल. मग शाळा घरात जाईल आणि घर शाळेत जाईल.''

''व्वा, व्वा! या कल्पनेवरही खोलात जाऊन काम करायला पाहिजे; पण ही आयडिया लय भारी...'' बाबा म्हणाले. पण त्यांना थांबवत शंतनूनं विचारलं, ''बाबा, तुम्ही लय भारी म्हणालात की शेव-पुरी म्हणालात?''

शंतनूला जवळ ओढत बाबा म्हणाले, ''अरे, तू चुकीचं ऐकलंस. मी तर 'पाणी-पुरी' असं म्हणालो होतो.'' यावर सगळेच ठो ठो हसले.

❖ मुलांच्या जिव्हाळ्याच्या विषयावर त्यांना मोकळेपणानं बोलू द्या. त्यांची मांडणी सुसंगत किंवा सुसूत्रही नसली तरी काही हरकत नाही. त्यांच्या मांडणीवर कुठलंही मत न नोंदवता त्या मांडणीमागच्या प्रामाणिकपणावर विश्वास ठेवा.

❖ मुलं जेव्हा मुक्तपणे विचार मांडत असतात, तेव्हा ते स्वतःच्याच कल्पनांशी खेळतही असतात आणि झगडतही असतात. अशा वेळी तुमचा सकारात्मक सहवासच मुलांना प्रोत्साहित करतो.

❖ 'पालकांच्या सहवासात निर्भयपणे बोलणारी मुलंच वर्तमानात पाय रोवून भविष्यात डोकावतात,' ही चिनी म्हण लक्षात ठेवा!

❖❖❖

टटाचु

शंतनू म्हणाला, ''आता या खेळात आणखी एक बदल करू या. मी तुम्हाला एक मस्त आयडिया दाखवतो. एकदम शंभरनंबरी आयडिया.'' शंतनू उभा राहिला. आता सगळे त्याच्याकडे पाहू लागले. त्यानं सावकाश एक हात वर केला आणि डोक्यावर हलकेच एक टपली मारली. मग दोन टाळ्या वाजवल्या. नंतर तीन चुटक्या वाजवल्या आणि सगळ्यांकडे पाहत त्यानं विचारलं, ''सांगा बरं, ही संख्या किती?''

आज सगळी गँग शंतनूच्या घरी जमणार होती. बाबांची आवराआवर सुरू असतानाचा वेदांगी, पार्थ, पालवी आणि नेहा झमझूम ओरडतच आले.

किंचित त्रासिक आवाजात बाबा म्हणाले, ''अरे, किती ओरडताय?'' त्याबरोबर पार्थ उड्या मारत जोरजोरात टाळ्या वाजवू लागला. त्याला थांबवत आई म्हणाली, ''अरे पार्थू, आज आपण टाळ्या वाजवायचाच खेळ खेळणार

आहोत. थोड्या टाळ्या आपल्या खेळासाठीपण शिल्लक ठेव!''

ऑ! टाळ्या वाजवून कसं खेळता येईल? अगं आई, खेळणारे खेळतात तेव्हा बघणारे टाळ्या वाजवतात; पण जर खेळणारेच टाळ्या वाजवत बसले, तर मग काय बघणाऱ्यांनीच खेळायचं की काय? व्वा...व्वा! पार्थचे प्रश्न म्हणजे

अगदी शंभरनंबरी असतात हं... पण पार्थ, गंमत म्हणजे आज खेळणारेही टाळ्या वाजवणार आणि बघणारेही टाळ्या वाजवणार. आणि तेही 'शंभरनंबरी' टाळ्या वाजवणार बरं.''

''फक्त टाळ्याच वाजवणार की आणखीही काही वाजवणार?''

''म्हणजे...?''

''अगं, म्हणजे तबला, पेटी, तंबोरापण वाजवणार का?''

आता मात्र सगळेच खॉ खॉ हसू लागले.

बाबा म्हणाले, ''मला सांग, पार्थ, तुला जशा दोन हातांनी टाळ्या वाजवता येतात, तसं तुला एका हातानं काय वाजवता येतं?''

पार्थ विचार करत होता तोपर्यंत उजव्या हातानं चुटक्या वाजवत नेहा म्हणाली, ''मला येते... मला येते चुटकी वाजवता.''

''अगं नेहा, हाच तर खेळ आहे...'' आईचं बोलणं थांबवत पार्थनं विचारलं, ''अगं, पण मला सांग, चुटकी वाजवायला अंगठ्यासोबत पहिलं बोट घ्यायचं की दुसरं? कारण, माझी चुटकीच जर वाजली नाही तर मला खेळताच येणार नाही ना!''

पार्थला समजावत आई म्हणाली, ''असं नाही, पार्थ. तुला चुटकीच काय; पण टाळी जरी वाजवता आली नाही, तरी हा खेळ खेळता येईल हो.''

''आधी तो खेळ काय आहे ते तर सांग...''

''समजा, मी एक टाळी वाजवली, तर त्याचा अर्थ दहा म्हणजे एक दशक.''

''म्हणजे?''

''म्हणजे, दहा बोटं एकत्र येऊन एक टाळी वाजते म्हणून एका टाळीची किंमत दहा म्हणजेच एक दशक.''

''हां. आता कळलं.''

''आणि समजा, मी एक चुटकी वाजवली तर तिची किंमत एक म्हणजेच एक एकक. मी एकाच हातानं चुटकी वाजवतो म्हणून त्याची किंमत एक,'' असं म्हणत बाबांनी तीन टाळ्या आणि दोन चुटक्या वाजवल्या आणि म्हणाले, ''... तर ही संख्या किती?''

पार्थ जोरात ओरडला, ''तीन... तीन...''

पालवी म्हणाली, ''३२'' आणि बाबा म्हणाले, ''शाबास.''

शंतनू म्हणाला, ''तीन टाळ्या म्हणजे ३० आणि दोन चुटक्या म्हणजे दोन. हे दोन्ही मिळून ३२. एकदम सही.''

पार्थ कुरकुरला, ''आत्ता मला थोडंसं कळलं.''

''चला, आता हा खेळ गटात खेळू या. एका गटानं संख्या सांकेतिक भाषेत सांगायची आणि दुसऱ्या गटानं ती ओळखायची.''

''आधी मी सांगणार,'' असं म्हणत वेदांगीनं सात टाळ्या आणि दोन चुटक्या वाजवल्या.

एक क्षण शांतता पसरली आणि नेहा म्हणाली, ''७२.''

आई म्हणाली, ''शाबास!''

मग सगळ्यांनी वेगवेगळ्या भरपूर संख्या ओळखल्या. टाळ्या आणि चुटक्यांचा नुसता कलकलाट सुरू होता; पण खरं म्हणजे 'गणिताचाच कळा' सुरू होता.

बाबा म्हणाले, ''आता खेळात थोडा बदल करू. आता खेळ खेळताना कुणीच बोलायचं नाही...''

''ऑ... बोलायचं नाही? मग काय घशातल्या घशात फक्त गुर्रगुर्र करायचं?''

''अरे पार्थ, माझं बोलणं पूर्ण तरी होऊ दे. मग तुझे प्रश्न विचार रे. तर आता नेहा, पार्थ, पालवी आणि आई एका गटात. मी, शंतनू आणि वेदांगी एका गटात. तुमच्या गटातल्या दोघांनी आपल्या सांकेतिक भाषेत एकेक संख्या सांगायची. आम्ही त्यांची बेरीज करू आणि उत्तरही आपल्या सांकेतिक भाषेतच देऊ. सगळ्यांना कळलंय?'' हे ऐकताच सगळ्यांनी कटाकटा माना डोलावल्या.

पालवी ऐटीत उभी राहिली आणि तिनं दोन टाळ्या आणि तीन चुटक्या वाजवल्या. लगेचच नेहा उभी राहिली आणि तिनं तीन टाळ्या आणि पाच चुटक्या वाजवल्या.

बाबांनी वेदांगीला खूण केली. वेदांगीनं पाच टाळ्या आणि आठ चुटक्या वाजवल्या. मग बाबांनी वेदांगीच्या आणि शंतनूच्या कानात काहीतरी सांगितलं. दोघांनी माना डोलावल्या. वेदांगी उभी राहिली आणि तिनं दोन टाळ्या आणि सात चुटक्या वाजवल्या. मग शंतनूनं उभं राहून दोन टाळ्या आणि पाच चुटक्या वाजवल्या.

पालवी आणि नेहा मनातल्या मनात आकडेमोड करू लागल्या आणि नेहानं पटकन हात वर केला. नेहा उभी राहिली. शांतता पसरली. आता नेहा काय करते, इकडे दुसरा गट लक्ष देऊन पाहू लागला.

नेहानं सगळ्यांकडे सावकाश पाहत पाच टाळ्या आणि दोन चुटक्या वाजवल्या आणि सगळेच ओरडले, ''भले शाबास!''

मग प्रत्येक गटानं न बोलता अशा आठ-आठ बेरजा केल्या.

शंतनू म्हणाला, ''आता या खेळात आणखी एक बदल करू या. मी तुम्हाला एक मस्त आयडिया दाखवतो. एकदम शंभरनंबरी आयडिया!''

शंतनू उभा राहिला. आता सगळे त्याच्याकडे पाहू लागलं. त्यानं सावकाश एक हात वर केला आणि डोक्यावर हलकेच एक टपली मारली. मग दोन टाळ्या वाजवल्या. नंतर तीन चुटक्या वाजवल्या आणि सगळ्यांकडे पाहत त्यानं विचारलं, ''सांगा बरं, ही संख्या किती?''

एकदम शांतता पसरली. सगळ्या मुलांचे चेहरे प्रश्नार्थक झाले. बाबा विचार करत होते. बहुधा आईला कळलं असावं, असं वाटत होतं. शंतनूनं आईला 'बोलू नकोस' अशी खूण केली. शंतनू एका जागीच नाचत म्हणाला, ''सांगा...सांगा. लवकर सांगा. मी तुम्हाला एक क्लूपण दिलाय. तुम्हाला तोही समजला नसेल, तर मात्र तुम्ही सगळे हरले. लवकर...लवकर. बी फास्ट...''

पालवी भीत भीत उभी राहिली. पुन्हा एकदा शांतता पसरली. 'बोलावं की बोलू नये' हे तिला कळत नव्हतं. कारण, चुकलं तर शंतनू चिडवून हैराण करणार; पण बाबांनी डोळ्यांनीच खूण केली, 'बोल. काही काळजी करू नकोस.'

पालवी म्हणाली, ''तुझी संख्या आहे १२३.''

दोन्ही हात उंचावत शंतनू आनंदानं ओरडला, ''एकदम सही पालवी. एकदम सही. कसं काय ओळखलंस तू?''

''तूच म्हणाला होतास ना की, ही 'शंभर'नंबरी आयडिया आहे. तेव्हा मला नाही कळलं; पण जेव्हा 'क्लू'चा विषय निघाला, तेव्हा असं वाटलं की डोक्यावर एक टपली मारली की १०० म्हणजे एक शतक, असं असणार. हे पालवीचं बोलणं पूर्ण होण्याआधीच पार्थ टुणकन उडी मारून उठला आणि म्हणाला, ''आत्ता कळलं मला. आता मीच सांगतो एक संख्या.''

पार्थनं दोन टपल्या मारल्या आणि आठ चुटक्या वाजवल्या. वेदांगी त्याला हळूच म्हणाली, ''पार्थू, टाळ्या का नाही वाजवल्यास?'' पार्थनं वेदांगीकडे पाहत डोळे मोठे केले आणि वेदांगी गप्प बसली.

''सांगा, सांगा, लवकर सांगा. नाहीतर 'आम्ही हरलो' असं तरी म्हणा...'' पार्थ उड्या मारत ओरडू लागला.

वेदांगी पटकन उभी राहत म्हणाली, ''तुमची संख्या आहे २०८.''

हाताच्या मुठी वळून दोन्ही हात उंचावत पार्थ म्हणाला, ''शाबास, भले शाबास. मी टाळी वाजवलीच नाही; कारण संख्येत दशकच नाही ना? म्हणजे शून्यच की!''

''आता तर दोनअंकीच नव्हे, तर तीनअंकी संख्याही आपण ओळखू शकतो आपल्या 'टटाचु' खेळानं...'' शंतनूचं बोलणं पूर्ण होण्याआधीच सगळे किंचाळले, ''का...य? ट...टा...चु...? हे काय विचित्र? असली का कधी नावं असतात?''

''अरे, 'टटाचु' म्हणजे 'टपल्या-टाळ्या-चुटक्या'. कळलं का?'' हे ऐकताच सगळ्यांनी आनंदानं एकमेकांना टपल्या मारल्या आणि एकमेकांकडून टाळ्या घेत चुटक्यांचा चुटचुटाट केला.

आई म्हणाली, ''हाच 'टटाचु' खेळ आणखी किमान दहा प्रकारे तरी खेळता येतोच आणि दर वेळी काही 'टटाचु'च वापरायला नको तर...''

आईला थांबवत शंतनू म्हणाला, ''अगं आई, आता खूप वेळ झालाय. आता आमच्या पोटात 'टाचु टाचु' वाजू लागल्या आहेत. आपण पुढच्या वेळी...''

आई चार टाळ्या आणि तीन चुटक्या वाजवत म्हणाली, ''इतक्या इडल्या तयार आहेत. चला...''

* काही लहान मुलांना चुटकी वाजवता येत नाही. अशा वेळी त्यांनी फक्त अंगठ्याला पहिलं बोट लावून सोडलं, तरी तो एक एकक झाला, असं समजावं.

* मुलांच्या आधी तुम्हाला उत्तर सुचलं तरी शांत राहा. उगाचच 'मी सांगतो... मी सांगतो' असं करू नका.

* उत्तर कितीही सोपं असलं, तरी बरोबर उत्तर देणाऱ्या मुलाचं कौतुक करा.

* 'मुलांच्या चांगल्या कामाचं कौतुक करणारे चांगले पालक फारच दुर्मीळ असतात' ही चिनी म्हण तुम्ही ऐकलीच असेल.

सावलीचा पाठलाग

''मोबाईलमधला कंपास कसा वापरावा, हे तुम्हाला समजावं म्हणूनच मी हा खेळ तयार केलाय; पण तुम्ही जर थोडा विचार केलात आणि सूर्याकडं न पाहता, सूर्यप्रकाशामुळे नेमकं काय होतंय, याच्याकडे लक्ष दिलंत तर तुम्ही उत्तराच्या लवकर जवळ जाल. कळलं का...?'' टुणकन् उड्या मारत सगळेच म्हणाले, ''आलं लक्षात. आता संध्याकाळ जवळ येत असल्यानं सावल्या लांब होऊ लागल्या आहेत. आम्हाला या सावल्यांचाच वेध घ्यावा लागेल. हो ना?''

या रविवारी कुणाच्या घरी न भेटता बागेतच भेटायचं ठरलं होतं. नेहा, वेदांगी, पार्थ, पालवी आणि शंतनू या सगळ्यांनी बागेतल्या झाडाखालीच बैठक मारली. तोपर्यंत नेहाचे आई-बाबा तिथं पोहोचलेच. दुपारचं जेवण जड झालं होतं आणि गारेगार सावलीत डोळेही जड होऊ लागले होते.

वेदांगी म्हणाली, ''आज आपण गप्पागप्पीचा खेळ खेळू या का?''

''म्हणजे.. आपण मागं एकदा तो खुर्च्यांचा खेळ खेळलो होतो, तसा का?''

''अगदी तसाच काही नाही; पण थोड्या वेगळ्या प्रकारचा. मला त्या खुर्चीखेळावरूनच सुचलाय हा खेळ. उद्या शाळेत ऑफ तासाला मी वर्गात खेळीन म्हणते, हा खेळ.''

''म... आम्हाला आधी सांग तर...''

''खुर्चीखेळात आपण फक्त 'वेगवेगळ्या खुर्च्या' या बाबीवरच सगळं लक्ष केंद्रित केलं होतं; पण परवा मला एक वेगळीच कल्पना सुचली. गोष्ट एकच असते, तिचा उपयोगही एकच असतो; पण त्या दोन्ही गोष्टींच्या आकारात प्रचंड फरक असतो आणि सगळ्यात महत्त्वाचं म्हणजे, या दोन्ही गोष्टी एकाच ठिकाणी कधी नसतात. त्यांची ठिकाणं वेगवेगळी असतात. अं... म्हणजे उदाहरणार्थ, आपल्या घराच्या मुख्य दरवाजाची कडी आणि बाथरूमची कडी. दोन्ही कड्यांचं काम एकच; पण म्हणून त्यांच्या जागा बदलून चालणार नाही आणि म्हणूनच त्यांचे आकार भिन्न. सहज विचार करताना आपल्याच घरात अशा ४९ गोष्टी मला 'दिसून आल्या'...!''

''हं. म्हणजे अशा भन्नाट गोष्टी ओळखण्याची शर्यत लावायची का?''

''अं...म्हणजे झाड आणि गवत... चालेल?'' असं पार्थनं विचारताच नेहा म्हणाली, ''नाही, नाही. त्या दोन वेगळ्याच गोष्टी समजायच्या.''

पालवी म्हणाली, ''आजोबांची बारा काड्यांची मोठी छत्री आणि आईची पर्समध्ये मावणारी छोटी थ्री-फोल्ड छत्री.''

''येस. एकदम बरोबर. अशा आणखी ३९८ गोष्टी आपल्याला शोधायच्या आहेत, तर हो जाय गुरू...चक्कर सुरू.''

''मला तर डोळ्यांसमोर पहिली खाण्याचीच गोष्ट दिसते. म्हणजे बाबा ऑफिसात नेतात तो फुल जेवणाचा मोठा उभा डबा आणि माझ्या दप्तरातला पोळी-भाजीचा चपटा डबा,'' असं शंतनूनं म्हणताच वेदांगी म्हणालीच, ''मला वाटलंच होतं, याची अजून 'खाऊ खाऊ' कशी सुरू नाही झाली.''

''आपल्या गावाला पाणीपुरवठा करणारी पाण्याची मोठी सिमेंटची टाकी आणि आपल्या घरातली प्लास्टिकची पाण्याची टाकी.''

''व्वा... हे छान आहे,'' असं बाबांनी म्हणताच शंतनूनं नाराजीच्या सुरात विचारलं, ''म्हणजे माझा डबा तुम्हाला आवडला नाही वाटतं?''

शंतनूला थोपटत बाबा म्हणाले, ''तो तर खूपच छान आहे.''

''मी सांगतो... मी सांगतो,'' असं म्हणत पार्थ पुढं म्हणाला, ''बाबांचा अंघोळीचा मोठा टॉवेल आणि... आणि... काय ते आता तुम्हीच सांगा..''

सगळे हळूच हसले; पण कुणीच काही बोललं नाही.

"घरातल्या भिंतीवरचा मोठा टीव्ही आणि आपल्या मोबाईलमध्येपण दिसतो की टीव्ही."

"पाण्याच्या टाकीवरून आठवलं; गावाला पाणी सोडण्यासाठी पाईप लाईनवर असतात हातानं फिरवायचे मोठे व्हॉल्व आणि घरातला छोटा नळ."

पार्थ चुळबुळत म्हणाला, "आता माझं बरोबर येणारंच. बाबांच्या सायकलमध्ये हवा भरायचा पंप आहे ना, तो माझ्याएवढा उंच आहे आणि तो दोन हातांनी चेपावा लागतो. माझ्या वाढदिवसाला फुगे फुगवण्यासाठी बाबांनी आणलेला पंप अगदी छोटा आहे. बरोबर ना माझं...?"

सगळे टाळ्या वाजवत म्हणाले, "व्वा... व्वा!"

"आणखी एक. प्रवासी ट्रेन. म्हणजे अमृतसर एक्स्प्रेस किंवा जम्मू-तावी एक्स्प्रेस. अशा गाड्यांना १९ किंवा २१ डबे असतात आणि सिमला किंवा माथेरानला असणारी प्रवासी टॉय-ट्रेन, तिला तीन किंवा चारच डबे असतात."

"अं... मोठमोठ्या कार्यक्रमांत स्टेजवर असते ती पितळी, उंची, मोठी समई आणि आपल्या देवघरातलं छोटंसं निरांजन."

"लाँड्रीमधली मोठी जड इस्त्री आणि आपल्या घरातली हलकी इस्त्री."

"ट्रक आणि मोटारगाड्या यांचं वजन करणारा वजनसेतू (वेईंग ब्रिज) आणि आपलं वजन दाखवणारा घरातला छोटा वजनकाटा."

"संपूर्ण शहराला वीज पुरवणारे अवाढव्य जनरेटर्स आणि वीज गेल्यावर सहजी सुरू करता येणारा, दुकानांच्या बाहेर ठेवलेला खोक्यातला जनरेटर."

"आम्ही घरी आणतो १५ लिटर तेलाचा डबा; पण आई स्वयंपाक करताना वापरते छोटं तेलाचं भांडं. तसंच तांदळाचं आणि ज्वारीचंपण सांगता येईल की."

"बँकेतली भलीमोठी तिजोरी आणि आपल्या कपाटातला चोरखण."

"चष्मा असूनसुद्धा आजोबा पेपर वाचताना पेपरावर मोठं गोल भिंग ठेवूनच पेपर वाचतात आणि आमच्या बाजूचे हसमुखकाका हिऱ्याचे पैलू पाहण्यासाठी अगदी छोटंसं भिंग वापरतात."

"आता शेवटचं मी सांगतो. डीजे लावतात त्या कानठळ्या बसवणाऱ्या स्पीकर्सच्या भिंती आणि फक्त आपल्यालाच गाणी ऐकवणारा हँड्स-फ्री म्हणजे आपल्या मोबाईलला जोडता येणारा इटुकला इअर-फोन."

"येस. आता जरा खेळात बदल करू या.."

"पण... आपल्याला ३९८ गोष्टी शोधायच्या आहेत ना?"

''हो. शोधायच्या आहेतच; पण त्या सगळ्या आत्ताच शोधल्या पाहिजेत असं काही नाही आणि त्या सगळ्या तुम्हीच शोधल्या पाहिजेत असंही नाही.''

''म्हणजे? आम्हाला नाही कळलं?''

''असं काय करता? तुम्ही आता इतक्या गोष्टी शोधल्यात. आता घरी गेल्यावर तुमच्या आई-वडिलांच्या मदतीनं, शाळेत गेल्यावर तुमच्या मित्र-मैत्रिणींच्या मदतीनं आणखी भरपूर गोष्टी शोधून काढा. मला खात्री आहे, तुम्ही सगळे मिळून ३९८पेक्षा जास्त गोष्टी सहज शोधाल.''

''हा खेळ जरा वेगळा आहे. माझ्या घड्याळाप्रमाणे अजून सूर्य मावळायला किमान ९७ मिनिटं वेळ आहे. इथं मी बारीक बारीक खडे ठेवून एक वर्तुळ तयार केलं आहे. त्या ठिकाणी उभं राहून ९७ मिनिटांनी सूर्य मावळताना तो नेमक्या कुठल्या झाडाच्या मागं असेल ते बरोब्बर सांगायचं. तसंच सकाळी उगवताना तो कुठल्या झाडाच्या मागं असू शकेल, हे मात्र तुम्ही अंदाजानंच सांगायचं आहे आणि हे शोधण्यासाठी तुम्हाला फक्त २७ मिनिटं मिळणार आहेत.''

''पण हे एकदम नेमकेपणानं कसं काय सांगता येईल?''

''माझ्या मोबाईलमध्ये कंपास म्हणजे होकायंत्र आहे. त्याच्या मदतीनं नेमकेपणाच्या खूपच जवळ जाणारं उत्तर आपल्याला मिळू शकेल.''

''म्हणजे तुम्ही मोबाईलमधला कंपास वापरणार; पण त्याआधी आम्ही काय वापरायचं? आम्ही कसं शोधायचं?''

''मोबाईलमधला कंपास कसा वापरायचा, हे तुम्हाला समजावं म्हणूनच मी हा खेळ तयार केलाय; पण तुम्ही जर थोडा विचार केलात आणि सूर्याकडे न पाहता सूर्यप्रकाशामुळं नेमकं काय होतंय याच्याकडे लक्ष दिलंत, तर तुम्ही उत्तराच्या लवकर जवळ जाल. कळलं का...?''

टुणकन् उड्या मारत सगळेच म्हणाले, ''आलं लक्षात. आता संध्याकाळ जवळ येत असल्यानं सावल्या लांब व्हायला लागल्या आहेत. आम्हाला या सावल्यांचाच वेध घ्यावा लागेल. हो ना?''

''येस! तो हो जाय गुरू... कर दो चक्कर शुरू.''

आणि मुलं मोकाट सुटलीच.

वेदांगीनं एक सुकलेली फांदी आणली. शंतनूनं ती वर्तुळाच्या समोर धरली. पालवी आणि नेहा सावलीच्या दिशेनं खुणा करत होत्या. त्याच वेळी पार्थ म्हणाला, ''कमालच आहे तुमची. फांदी कशाला पाहिजे? मी फांदीपेक्षा मोठा आहे. मीच उभा राहतो की. माझी सावली बघा.''

आणि ठो ठो हसत सगळे म्हणाले, ''अरे, तुझी कशाला? आम्ही आमच्याच सावल्या बघू की! का...य? चला, सावलीचा पाठलाग करू या..''

तुम्हाला काय वाटतं?

सावलीचा पाठलाग करत ते 'नेमक्या' झाडापर्यंत पोहोचतील?

मावळतीचं 'नेमकं' आणि उगवतीची झाडं अंदाजानं ते शोधू शकतील?

अशा वेळी तुम्ही असंच केलं असतं की काही वेगळं केलं असतं? मला कळवाल?

मी तुमच्या 'नेमक्या' पत्रांची वाट पाहतोय.

❖ 'एकच गोष्ट, एकच उपयोग; पण आकारात प्रचंड फरक' हा खेळ खेळल्यानं मुलं बहुविध पद्धतीनं विचार करण्याचा प्रयत्न करतात. म्हणून हा खेळ खेळत असताना, तुम्हाला सुचलेली गोष्ट मुलांना स्पष्टपणे न सांगता त्यांना 'फक्त क्लू' द्या.

❖ 'क्लू देणं' म्हणजे एखादी गोष्ट मूकपणे दाखवणं, सुचवणं किंवा 'त्या गोष्टी'च्या संदर्भातला प्रश्न विचारून मुलांना बोलतं करणं.

❖ लक्षात ठेवा, तुम्ही क्लू दिल्यानंतर तुम्हाला अपेक्षित असलेली गोष्ट न सांगता मुलांनी वेगळीच सांगितली तर त्यांचं कौतुक करा. कारण, तुमच्या 'क्लू'मुळ मुलांच्या विचारांनी भरारी घेतली आहे.

❖ कागदावर आकृत्या काढून 'दिशा' शिकवता येत नाहीत. दिशा शिकण्यासाठी दिशेचा प्रत्यक्ष अनुभवच घ्यावा लागतो आणि हा अनुभव दिशेचा शोध घेतल्यानंच मिळू शकतो.

❖ 'जे सावलीला भिडतात, तेच तळपत्या तेजाला कवेत घेतात' ही चिनी म्हण नेहमी लक्षात ठेवा!

गणितागणिती

''आधी सगळ्यांनी शांतपणे ऐका. मग प्रश्न विचारा. हं, तर या काचेच्या बाऊलमध्ये एकूण २८ चिठ्या आहेत. या चिठ्यांवर तुमच्या चौकोनातल्या अंकांशी संबंधित वेगवेगळ्या विनंत्या लिहिलेल्या आहेत. तुम्ही सात संख्या लिहिल्यानंतर खेळाला सुरुवात होईल. पहिल्यांदा पालवी बाऊलमधली कोणतीही एक चिठ्ठी उचलेल. त्या चिठ्ठीवर लिहिलेली 'विनंती' तुमच्या चौकोन क्रमांक एकमधल्या संख्येला लागू असेल. त्यानंतर दुसरी चिठ्ठी उचलायची. या खेळात कुणाला जास्त गुण मिळतात ते पाहू या. चला... आता सगळ्यांनी आपापल्या चौकोनात अंक लिहा...

हा रविवार वेदांगी आणि पार्थच्या घरी ठरला होता. आज काय खेळायचं, हे त्यांनी अगदी गुप्त ठेवलं होतं. शंतनू, नेहा आणि पालवी असे सगळे जण आले आणि घरात फिरून जरा अंदाज घेऊ लागले. ''आधी बसून घ्या पाहू. आज एकदम वेगळाच प्रकार आहे,'' असं म्हणत वेदांगीनं एक मोठा काचेचा बाऊल टेबलावर आणून ठेवला. हा काचेचा मोठा बाऊल पाहताच शंतनूनं विचारलं, ''अरे व्वा! इतका मला पुरेसा आहे; पण बाकीच्यांना काय देणार?''

''सगळ्यांसाठीच आणते मी,'' असं म्हणत वेदांगी आतून कागदाच्या चिठ्ठ्या घेऊन आली. तिनं त्या ओंजळभर चिठ्ठ्या त्या काचेच्या बाऊलमध्ये टाकल्या. ''हे काय? कागदाची कोशिंबीर? की चिठ्ठ्यांची चटणी?'' असं शंतनूनं म्हणताच सगळे हसू लागले. ''अरे, आज आपण एक भन्नाट खेळ खेळणार आहोत. चिठ्ठी, कागद आणि पेन...''

''पण चिठ्ठ्या कशाला? आणि या चिठ्ठ्या काचेच्या बाऊलमध्ये का ठेवल्यात? आणि मग सोबतचे कागद पातेल्यात आणि पेनं काय डब्यात ठेवायची?'' वेदांगीला थांबवतच शंतनू चिरचिरला.

आई म्हणाली, ''अरे, शंतनू जरा धीर धर. हळूहळू सगळ्या गोष्टी कळतील तुला.'' हात उडवत शंतनू म्हणाला : ''ओके... बोके... पक्के, काम १०० टक्के.''

पार्थनं सगळ्यांना एकेक कागद आणि पेन दिलं. कागदावर सात छोटे चौकोन काढलेले होते आणि त्यांना एक ते सात क्रमांक दिलेले होते. ''आता एक ते ९९ यांपैकी कोणत्याही सात संख्या तुम्ही लिहायच्या. प्रत्येक चौकोनात एक संख्या...''

''मग काय करायचं? त्यांची बेरीच करायची का?''

''हां...हां. बेरीजच करू या. भागाकारबिगाकार नको हं...''

''आधी सगळ्यांनी शांतपणे ऐका. मग प्रश्न विचारा. हं, तर या काचेच्या बाऊलमध्ये एकूण २८ चिठ्ठ्या आहेत. या चिठ्ठ्यांवर तुमच्या चौकोनातल्या अंकांशी संबंधित वेगवेगळ्या विनंत्या लिहिलेल्या आहेत. तुम्ही सात संख्या लिहिल्यानंतर खेळाला सुरुवात होईल. पहिल्यांदा पालवी बाऊलमधली कोणतीही एक चिठ्ठी उचलेल. त्या चिठ्ठीवर लिहिलेली 'विनंती' तुमच्या चौकोन क्रमांक एकमधल्या संख्येला लागू असेल. त्यानंतर दुसरी चिठ्ठी उचलायची. या खेळात कुणाला जास्त गुण मिळतात ते पाहू या. चला... आता सगळ्यांनी आपापल्या चौकोनात अंक लिहा.''

शंतनू, पालवी, वेदांगी, पार्थ आणि नेहा हे खाली मान घालून, डोकं खाजवत वेगवेगळ्या संख्या लिहू लागले. खरं म्हणजे हा खेळ मुलांना नीटसा कळलाच नव्हता; पण 'पाहू या काय होतंय...' असा विचार करत त्यांनी खेळायला सुरुवात केली होती.

सगळ्यांच्या संख्या लिहून झाल्यावर पालवी ऐटीत उठली. बाऊलजवळ गेली. बाऊलमधल्या चिठ्ठ्या एकमेकींत मिसळत तिनं एक चिठ्ठी उचलली. सावकाश उघडली. 'आता या चिठ्ठीत काय लिहिलं असेल? आपल्याला मार्क मिळणार की भोपळा मिळणार?' या विचारानं सगळ्यांच्या पोटात बाकबुक होऊ लागलं.

शंतनूनं १५, पालवीनं २०, वेदांगीनं ७५, पार्थनं ८२ आणि नेहानं ९८ अशा संख्या लिहिल्या होत्या.

पालवीनं पहिली चिठ्ठी वाचली, ''जर तुमच्या चौकोनातली संख्या सम असेल, तर तुम्हाला पाच गुण मिळतील.''

पालवी, पार्थ आणि नेहा हे एकमेकांना टाळ्या देत ओरडले. नेहा चिडवत म्हणाली, ''आम्हाला गुण पाच पाच पाच. बाकीच्यांनी भोपळा घेऊन, करा नाच नाच नाच.''

शंतनू आणि वेदांगी दातओठ खात गप्प बसले.

आता पार्थनं दुसरी चिठ्ठी उचलली. शंतनूनं २५, पालवीनं ६५, वेदांगीनं ३५, पार्थनं २९ आणि नेहानं १७ अशा संख्या लिहिल्या होत्या. पार्थनं दुसरी चिठ्ठी वाचली, ''जर तुमच्या चौकोनातल्या संख्येला पाचनं भाग जात असेल, तर तुम्हाला ५ गुण मिळतील.''

आता शंतनू, पालवी आणि वेदांगी हे नाचू लागले.

आता नेहानं तिसरी चिठ्ठी उचलली. शंतनूनं ८५, पालवीनं ८०, वेदांगीनं ९९, पार्थनं ७५ आणि नेहानं २० अशा संख्या लिहिल्या होत्या.

नेहानं तिसरी चिठ्ठी वाचली, ''तुम्ही तुमच्या चौकोनात एकअंकी किंवा दोनअंकी संख्या लिहिली असणार. तुम्ही जर दोनअंकी संख्या लिहिली असेल, तर त्या दोन संख्यांची एकदाच बेरीज करा. जर तुमची बेरीज नऊ किंवा नऊपेक्षा जास्त असेल, तर तुम्हाला पाच गुण मिळतील.''

पालवी वैतागून म्हणाली, ''अरे देवा, फक्त एक नंबर कमी पडला.''

शंतनू, वेदांगी आणि पार्थ हे बोटं नाचवत नाचत होते.

''आता चौथी चिठ्ठी मीच काढणार,'' असं म्हणत शंतनूनं बाऊलमधून चौथी चिठ्ठी उचलली.

शंतनूनं १३, पालवीनं ३३, वेदांगीनं ४४, पार्थनं ४२ आणि नेहानं ६० अशा संख्या लिहिल्या होत्या.

शंतनू चौथी चिठ्ठी वाचू लागला, ''तुमच्या चौकोनातल्या संख्येला जर तीननं भाग जात असेल, तर तुम्हाला पाच गुण मिळतील.''

शंतनू जोरात ओरडला, ''फू...स्स''

पालवी, पार्थ आणि नेहा गाणंच म्हणू लागले, ''तीन तीन तीन... जोरसे बजाओ, बीन बीन बीन.''

आता पाचवी चिठ्ठी काढण्याची पाळी वेदांगीवर होती. ती डोळे बंद करून काहीतरी पुटपुटली आणि तिनं चिठ्ठी काढली.

शंतनूनं ७७, पालवीनं ९०, वेदांगीनं ६९, पार्थनं ७० आणि नेहानं ३७ अशा संख्या लिहिल्या होत्या.

वेदांगी पाचवी चिठ्ठी वाचू लागली : ''तुमच्या चौकोनातली संख्या जर विषम असेल, तर तुम्हाला पाच गुण मिळतील.''

हातातली चिठ्ठी गरगर फिरवत वेदांगी ओरडली, ''याऽऽहू.''

शंतनू आणि नेहा हे एकमेकांना जोरजोरात टाळ्या देत होते.

''आता सहावी चिठ्ठी मी उचलतो,'' असं म्हणत बाबांनी चिठ्ठी उचलली.

शंतनूनं ५६, पालवीनं ७४, वेदांगीनं ८२, पार्थनं २३ आणि नेहानं २५ अशा संख्या लिहिल्या होत्या.

बाबा सहावी चिठ्ठी वाचू लागले, ''तुम्ही जर दोनअंकी संख्या लिहिली असेल आणि एकम् स्थानावरचा अंक हा दशम् स्थानावरच्या अंकापेक्षा मोठा असेल, तर तुम्हाला पाच गुण.''

हे ऐकताच कानात वारं शिरल्यासारखा सगळ्यांचाच एकदम कल्ला सुरू झाला. पार्थ उड्या मारू लागला.

शंतनू शिट्ट्या वाजवू लागला. नेहा आनंदानं ओरडू लागली.

सगळ्यांना शांत करत बाबा म्हणाले, ''अरे, असं काय करताय? अजून एक फायनल खेळी बाकी आहे. त्यात कुणाला किती मार्क मिळतात, हे कळल्यावरच कोण जिंकलं ते आपल्याला कळेल. मी प्रत्येकाचे मार्क लिहून ठेवले आहेत, ते ऐका.''

मुलं एका क्षणात शांत झाली.

''शंतनू २०, पालवी १५, वेदांगी १५, पार्थ २० आणि नेहापण २०.''

किचनमधून पदराला हात पुसत आई आली आणि म्हणाली, ''ही फायनल चिठ्ठी मीच काढणार. आणि हो, तुम्हाला जर तुमची संख्या बदलायची असेल तर एक शेवटचा चान्स आहे.''

आता एकदमच शांतता पसरली. कुणीही संख्या बदलली नाही. वेदांगी डोळे बंद करून काहीतरी पुटपुटू लागली. कुणाचं लक्ष नाहीसं पाहून पालवीनं हळूच डोळे मिटून देवाला नमस्कार केला. आईनं फायनल चिठ्ठी काढली.

शंतनूनं ९८, पालवीनं नऊ, वेदांगीनं पाच, पार्थनं ९० आणि नेहानं ५५ अशा संख्या लिहिल्या होत्या.

आई फायनल चिठ्ठी वाचू लागली, ''सावधान. ही फायनल चिठ्ठी एकदम डेंजर आहे. बहुधा सगळेच... ''

आईला मध्येच थांबवत शंतनू ओरडला : ''अगं, वाच ना लवकर. मला भीतीनं धुकधुक आणि भुकेनं भूकभूक होतंय.''

''जर तुमच्या चौकोनातली संख्या एकअंकी असेल, तरच तुम्हाला पाच मार्क मिळतील,'' असं आईनं सांगताच पालवी आणि वेदांगीनं एकमेकींना टाळ्या देत आनंदानं मिठी मारली.

बाबा सगळ्यांना शाबासकी देत म्हणाले, ''व्वा व्वा! सगळ्यांना सारखेच मार्क! कमालच आहे या गणितागणितीची.''

इतक्यात आई गरमागरम खाऊच्या बश्या घेऊन आली. गरमागरम खाऊचा बकाणा भरत शंतनू म्हणाला, ''हा खेळ तर आणखी नऊ प्रकारे सहजच खेळता येईल.''

''हो ना. मूळ संख्या. सातनं भाग जाणाऱ्या संख्या. गुणाकार, भागाकार यांचाही उपयोग करता येईल...'' वेदांगीला थांबवत पार्थ म्हणाला, ''आणि तीनअंकी संख्या घेतल्या तर हा खेळ २१ प्रकारे खेळता येईल. हो की नाही ओ बाबा?''

मला सांगा, ही गणितागणिती तुम्ही किती प्रकारे खेळलात आणि किती प्रकारे खेळू शकाल?

तुमच्या गणिती पत्रांची मी वाट पाहतोय...

❖ 'गणित म्हणजे डेंजर', 'गणित म्हणजे एकदम कठीण' असली भाषा मुलांसमोर कधीही वापरू नका.

❖ तुम्हाला गणिताची भीती वाटत असेल, तर तो तुमचा प्रश्न आहे. मुलांना कधीही गणिताचा बागूलबुवा दाखवू नका.

❖ गणितागणिती खेळताना गणितातली गंमत मुलांसोबत अनुभवा.

❖ जर तुम्हाला गणित अडलं, तर मुलांचा सल्ला बिनदिक्कत घ्या. याचे दोन फायदे असतात. एक, तुमचा प्रश्न सुटतो. दोन, अशा वेळी मुलं तुमच्याकडे आदरानं पाहतात.

❖ 'भीतीशीच दोस्ती केली की भीतीच दोस्तीत विरघळून जाते' ही चिनी म्हण नेहमी लक्षात ठेवा!

साप, ससा आणि सॉसची सोपी गोष्ट

''आता आपल्याकडे 'वर्ड बँक' आहे. या वर्ड बँकेत ३३ शब्द आहेत. आता आपण यातले जास्तीत जास्त शब्द वापरून एक गोष्ट लिहायची आहे; पण ही गोष्ट कमीत कमी पाच ओळी किंवा जास्तीत जास्त सात ओळींचीच हवी. तर आता कृपया सर्व महान लेखकांनी आपापली गोष्ट लिहायला सुरुवात करावी...''

मार्च महिन्याच्या शेवटच्या रविवारपासून घराघरांत परीक्षेचे खारे वारे आणि मतलई वारे एकाच वेळी वाहू लागतात. काही घरांत तर अभ्यासाची चक्रीवादळं घुमू लागतात. त्यामुळं आता या रविवारी काय करायचं, हे ठरवण्यासाठी शंतनू, नेहा, पालवी, वेदांगी आणि पार्थ शनिवारीच एकत्र भेटले.

शंतनू म्हणला, ''मला वाटतं, उद्या आपण मुलंमुलंच बाहेर कुठंतरी भेटू. कारण कुणाच्याही घरी आपण भेटलो, की लगेचच अभ्यासाचं कीर्तन सुरू होणार. हो किनई?''

पालवी म्हणाली, ''तुझं म्हणणं एकदम खरं आहे रे; पण मला सांग, भेटून करायचं काय? काहीतरी फंडू आयडिया शोधली पाहिजे...''

वेदांगी चुळबुळत म्हणाली, ''अं... मी एक सुचवू का?''

''अगं, विचारतेस काय? चल सुचव...''

''अं... मला वाटतं, या वेळी आपण कुणाच्या तरी किंवा आमच्या घरीच जमू या.'' यावर नेहा वैतागून म्हणाली, ''आता पुन्हा हे काय?''

वेदांगी पुढं म्हणाली, ''अगं ऐक ना, आपण घरीच भेटू; पण अभ्यासाचा खेळ खेळू. मग घरातलेही खूश. आपण खेळल्यामुळं खुशमखूश. काय...?''

''पण अभ्यासाचा खेळ म्हणजे? अभ्यास की खेळ?''

''म्हणजे खेळता खेळता अभ्यास. खरंच खूप मजा येईल. मला माहीत आहेत असे काही अभ्यास-खेळ.''

''मग ठरलं तर, आपण सगळ्यांनी उद्या वेदांगीच्या घरी भेटायचं. ओके?''

सगळे एका सुरात म्हणाले, ''ओके... बोके... पक्के, काम शंभर टक्के.''

दुसऱ्या दिवशी म्हणजे रविवारी सकाळी सगळे वेदांगीच्या घरी जमले.

वेदांगीचे बाबा म्हणाले, ''आता परीक्षा जवळ आल्यानं तुम्हाला अभ्यास करायचा असेल म्हणून आज तुम्ही एकच खेळ खेळा बरं. वेदांगीनं तुमच्यासाठी एक मस्त खेळ तयार केलाय; पण तो अभ्यासाचा खेळ आहे, बरं का. चला, थोडासा खाऊ खाऊन घ्या आणि खेळण्यासाठी तयार व्हा.''

आता सगळ्यांनाच उत्सुकता वाटू लागली, की वेदांगी कुठला अभ्यासाचा खेळ घेणार? म्हणजे असा खेळ, की ज्यामुळं अभ्यास झाला म्हणून मोठी माणसं खूश, तर खेळ खेळायला मिळाला म्हणून मुलंही खूश!

गरमागरम शिरा खाऊन मुलं खेळासाठी तयार झाली. वेदांगीनं सगळ्यांना एकेक कागद दिला आणि म्हणाली : ''तुम्ही एका ओळीत 'प'ची आणि दुसऱ्या ओळीत 'स'ची चौदाखडी लिहायची...''

''आता हे काय नवीनच? बाराखड्या लिहायला आम्ही का कुकुली बाळ आहोत?''

''आणि आता हे चौदाखडी म्हणजे काय?''

''आधी सगळं ऐका. मग प्रश्न विचारा. तुम्हा सगळ्यांना बाराखडी माहीतच आहे; पण आता त्यासोबत अॅ आणि ऑ पण घ्यायचे आहेत. उदाहरणार्थ, प पा पि पी पु पू पे पॅ पै पो पॉ पौ पं पः याप्रमाणे. आणि हो, का लिहायची ते तुम्ही लिहिल्यानंतरच मी सांगणार आहे. चलो, हो जाओ शुरू.''

सगळ्या मुलांनी आपापल्या कागदावर 'प' आणि 'स'च्या चौदाखड्या लिहिल्या.

''आता तुम्ही प्रत्येकानं लांब लांब बसायचं आहे. 'प'च्या चौदाखडीतली अक्षरं आणि 'स'च्या चौदाखडीतली अक्षरं वापरून प्रत्येकानं किमान २५ शब्द तयार करायचे आहेत. म्हणजेच ही २८ अक्षरं वापरून २५ शब्द तयार करायचे आहेत. आणि हो, शब्द का तयार करायचे आहेत, ते मी तुमचे शब्द तयार झाले की सांगेन. तो फिर, ओ गुरू करो शुरू.''

पार्थ आणि नेहा दोघं ओरडले, ''२५ शब्द? कसं काय शक्य आहे? कुणाचेच होणार नाहीत इतके.''

''लिहायला सुरुवात तर करा, शब्द आपोआप मिळतील आणि यासाठी तुम्हाला वेळ आहे फक्त १२ मिनिटं. आपका टाईम शुरू होता है अब...''

सगळी मुलं माना खाली घालून २८ अक्षरांशी झुंजू लागली. वेगवेगळ्या अक्षरांना जोडून पुटूपुटू लागली. नवीन शब्द मिळाला की 'यॉ यॉ' म्हणत तो लिहु लागली. लिहिता लिहिता थांबून आपले शब्द मोजू लागली. सगळ्यात आधी पालवी ओरडली, ''माझे झाले २५. यॉ यॉ.''

नेहा हळूच म्हणाली, ''माझे काही फार नाहीत, अं फक्त १९.'' आता सगळे पार्थकडं पाहू लागले.

पार्थ म्हणाला, ''माझे १००.''

सगळेच किंचाळले, ''काय? शं..भ..र? शक्य नाही. पाहू... पाहू...''

पार्थ आढेवेढे घेत म्हणाला, ''म्हणजे मला १०० सुचणार आहेत; पण आता मी फक्त दहाच लिहिले आहेत. आता काय... दहावर एक शून्य दिलं की १००.''

पार्थला थोपटत शंतनू म्हणाला, ''म्हणूनच तुझा येत नाही पहिला नंबर.''

'चला... चला... आता आपण एकेक करून आपण लिहिलेले शब्द वाचू या आणि इतरांनी लिहिलेला; पण आपल्याकडे नसलेला शब्द आपण लिहून घेऊ

या. म्हणजे सगळ्यांकडे सारखे शब्द होतील.''

सगळ्यांनी शब्द वाचले. आपण न लिहिलेले शब्द आपल्या शब्दासोबत जोडले. आता सगळ्यांकडं पुढील ३३ शब्द झाले.

सासू, पैसा, पसा, पंप, पापी, पप्पा, साप, संप, सोस, सॉस, सपसप, पूस, सपासप, ससा, पुसा, पाप, सू, पू, पप्पू, पास, पी, सीसॉ, सोपं, सोपी, सोपे, पोप, पोस, सूप, पीस, पिसे, पंपू, पासपास, पॉप.

आपण सगळे मिळून ३३ शब्द शोधू शकतो, यावर मुलांचा विश्वासच बसेना.

वेदांगीच्या बाबांचं लक्ष होतंच. ते म्हणाले, ''चाललाय ना अभ्यास? की चाललाय नुसताच खेळ?''

''अहो बाबा, चालतोय कुठला? धावतोय अभ्यास आणि बसलाय खेळ!'' असं पार्थनं म्हणताच सगळेच फें फें हसले.

आता काय करायचं?

वेदांगी तयारीतच होती.

''आता आपल्याकडं 'वर्ड बँक' आहे. या वर्ड बँकेत ३३ शब्द आहेत. आता आपण यातले जास्तीत जास्त शब्द वापरून एक गोष्ट लिहायची आहे; पण ही गोष्ट कमीत कमी पाच ओळी किंवा जास्तीत जास्त सात ओळींचीच हवी. तर आता कृपया सर्व महान लेखकांनी आपापली गोष्ट लिहायला सुरुवात करावी...''

हे ऐकल्यावर कुणीसुद्धा लिहायला सुरुवात केली नाही.

सगळे ढिम्म बसून राहिले.

तोंडाचा 'आ' करून सगळेच एकमेकांकडं बघत बसले.

वेदांगी हैराण झाली. तिला काही कळेना. आपलं सांगायला काही चुकलं की काय, असं तिला वाटू लागलं. तिनं भीत भीत सगळ्यांना विचारलं, ''काय झालं?''

सगळे वैतागून म्हणाले, ''कुठं काय झालं?''

''ॲ...? म... लिहीत का नाही?''

''ॲ... ॲ? लिहिणं एवढं सोपं आहे वाटतं? म्हणजे घ्या मेथी आणि करा भाजी, तसं घ्या शब्द आणि लिहा गोष्ट? असं कसं करता येईल गं?''

इतक्यात पालवी म्हणाली, ''तसं मला एक वाक्यं सुचलं आहे; पण पुढं काय लिहू...?''

''कुठलं वाक्यं...? कुठलं वाक्यं पालवी?'' सगळेच म्हणाले.

''पप्पू पंपावर बसला होता, इतक्यात तिथं साप आला.''

''व्वा! मस्तच. मला पुढचं वाक्यं सुचतंय...'' पप्पा म्हणाले, ''अरे पप्पू, बरं झालं साप आला. हे पैसे घे आणि सॉस घेऊन ये.''

''सॉस म्हणताच सापाच्या आणि पप्पूच्या तोंडाला पाणी सुटलं.''

''साप म्हणाला, मला नुसता सॉस नकोय. मला सोबत ससापण हवा.''

''सासू म्हणाली, पण...इथं ससा कसा मिळणार?''

''तुम्ही फक्त पास-पास पास-पास म्हणा. सपासप उड्या मारत ससा येईल.''

''सासू म्हणाली, 'पास-पास पास-पास.' ससा आला.''

''सॉस घेऊन पप्पू आला.''

''साप आणि ससा सीसॉवर बसून सपसप सॉस खाऊ लागले.''

''सासू पप्पांना म्हणाली, 'काय हा सॉस खायचा सोस? कमाल आहे!'''

''सशाच्या मिश्यांना आणि सापाच्या नाकाला सॉस लागलं.''

''ससा आणि साप म्हणाले, बघताय काय? सॉस पुसा.''

''सासू आणि पप्पांनी सॉस पुसला.''

''ससा आणि सापानं पप्पूची पापी घेतली.''

❖ ❖ ❖

''ए खरंच... गप्पा मारता मारता आपली गोष्ट झालीच की.''

''म्हणजे याचा अर्थ, आपण गोष्ट लिहू शकतो.''

''खूप चांगली गोष्टपण लिहू शकतो.''

''त्याहीपेक्षा महत्त्वाचं म्हणजे, गोष्ट लिहिल्यानंतर आपण काही खाऊपण शकतो... हो किनई वेदांगीची आई..?''

तेव्हाच आई म्हणाली, ''सँडविच आणि सॉस तयार आहे. तुम्ही कुठं बसून खाणार, इथं की सीसॉवर?''

❖ हा शब्द खेळताना मुलं अक्षरांकडून शब्दाकडं आणि शब्दाकडून अर्थपूर्ण वाक्याकडं जातात. हा अभ्यासाचाच खेळ आहे; पण तो खेळासारखाच खेळण्यासाठी मुलांना मदत करावी.

❖ मुलांना मदत करणं म्हणजे मुलांच्या मुक्त विचारांना, त्यांच्या विलक्षण कल्पनाशक्तीला वाव देणं. यासाठी त्यांना प्रेरित करणं.

❖ मुलं काही वेळा आपल्याला न कळणारी वाक्यं लिहितील, न पचणाऱ्या कल्पना मांडतील. त्या वेळी तुमच्या सुधारित कल्पना किंवा तुमचे प्रगल्भ विचार त्यांच्यावर अजिबात लादू नका. शांत राहण्याचा प्रयत्न करा.

❖ मुलं लिहीत असताना समजा तुम्हालाही काही कल्पना सुचल्या, तर मुलांना त्या लगेचच सांगू नका. मुलांचं पूर्ण लिहून झाल्यानंतर, त्यांच्या परवानगीनं तुमच्या त्या (मौलिक) कल्पना त्यांच्यासमोर मांडा. (आणि कृपया) त्या चांगल्याच आहेत, असा हट्ट करू नका.

❖ वेगवेगळे शब्द घेऊनसुद्धा हा खेळ खेळता येईल.

❖ या खेळात हार-जीत नाही. मस्त मज्जा करण्यासाठीच हा खेळ खेळायचा आहे.

❖ 'स्वतःच्याच पंखांनी उंच भरारी मारता येते. सुजाण पालक आपल्या मुलांना पंख नव्हे, तर उडण्याचं बळ देतात,' ही प्राचीन चिनी म्हण नेहमी लक्षात ठेवा!

अजून वेळ गेलेली नाही...

''आपण सकारात्मक विचार केला म्हणून आपल्याला सकारात्मक परिणाम दिसला. निराश न होता स्वतःवर विश्वास ठेवून लढलं, तर यश समोर हात जोडून उभंच असतं. आपण आपल्यावरचा विश्वास गमावला, तर आपण निराशेच्या दरीत कोसळतो. आपण आपला विचार कसा बदलायचा, हे प्रत्येकानं ठरवायचं आहे.''

आता सोमवारपासून परीक्षा सुरू... तरीपण या रविवारी सगळ्यांनी भेटायचं ठरवलं. सगळ्यांच्याच आईवडिलांना परीक्षेची भलतीच चिंता.

'एखाद्या रविवारी नाही भेटलं तर काय जगबुडी होणार आहे का? परीक्षा आहे तोपर्यंत घ्या की रविवारच्या खेळाला सुटी. काय हरकत आहे? मग सुटीत खेळा रोजच रविवारचे खेळ. उद्या परीक्षा आहे, तर आज अभ्यास करायला नको का?' असं दहापैकी सात पालकांचं मत होतं आणि त्या सातपैकी चार पालकांचं तर ठाम मत होतं. मात्र, उरलेल्या तीन पालकांनी त्यांना थोपवून ठेवलं होतं.

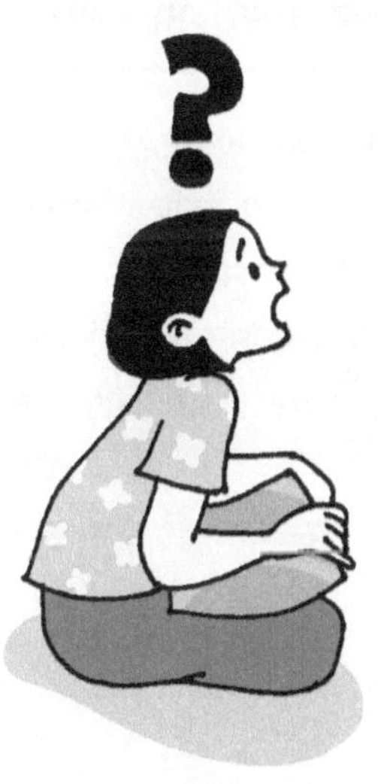

'सारखा सारखा अभ्यास करून मुलं कंटाळतात. घरातल्यांनी मुलांना सारखं अभ्यासावरून छेडलं तर मुलं वैतागतात. अभ्यासानंतर मुलांना थोडा विरंगुळा हवा असतो आणि असा विरंगुळा मिळाला की मुलांच्या मनावरचं अभ्यासाचं दडपण दूर होतं. साहजिकच, मुलांची अभ्यासाची गती वाढते,' असं त्या तीन पालकांचं पक्कम् पक्कं मत होतं. म्हणून तर हा 'डेंजर रविवार' पालवीच्या घरी ठरला होता.

'त्या सात पालकांनी' पालवीच्या आईला आधीच फोन करून सांगितलं होतं की 'उगाच खाऊ-पिऊचा मोठा घाट घालू नका. तासाभरात सोडा हं मुलांना. उद्यापासून त्याची परीक्षा आहे नं. अभ्यास नको

का करायला?' पालवीच्या आईनं फक्त 'हो-हो' म्हटलं होतं.

रविवारी सकाळी नेहा, पार्थ, वेदांगी आणि शंतनू हे जमले. अभ्यासाचं सुदर्शन चक्र सगळ्यांच्या डोक्यावर फिरत असल्यानं सगळे गंभीर चेहरा करून बसले.

''अरे, आज अभ्यासाचीच मजा करणार आहोत आपण.''

''म... म्हणजे अभ्यास करायचा की मजा करायची?''

''आणि मुख्य म्हणजे, मजा केली तर ती घरी सांगायची की नाही?

''कारण नुसतीच मजा केली तर मग घरी गेल्यावर आमचाच अभ्यास होईल.''

शंतनू दबक्या आवाजात म्हणाला, ''पालकांचा गृहपाठ आमच्याच पाठीवर नको व्हायला.'' हे ऐकून सगळेच गालातल्या गालात हसले.

''आज मी तुम्हाला दोन गोष्टी सांगणार आहे. त्यामुळं तुमचा अभ्यास तर सोपा होईलच; पण तुमचे गुणही वाढतील,'' पालवीच्या आईनं असं म्हणताच मुलांचे चेहरे खुलले.

''मला सांगा, प्रश्नाचं उत्तर लक्षात ठेवण्यासाठी तुम्ही काय करता?''

''अं... मला आईनं सांगितलं आहे, की प्रश्नाचं उत्तर लक्षात ठेवायचं असेल, तर ते किमान चार-चार वेळा लिहून काढलं पाहिजे. काढते लिहून.''

''आई, मला पहाटे उठवते; मग मी कठीण प्रश्नांची उत्तरं पाठ करते.''

''मीसुद्धा तीन वेळा उत्तरं लिहून काढतो. लिहिता लिहिता आपोआप पाठ होतातच.''

''मला तेच तेच लिहायचा जाम कंटाळा आहे. मी प्रश्नांची उत्तरं पाच-सहा वेळा वाचतो आणि जेवढं आठवेल तेवढं लिहितो.''

''पण आई, तू असा प्रश्न का विचारलास?''

कारण, तुमच्या सगळ्यांची अभ्यास करण्याची पद्धतच चुकीची आहे.

सगळी मुलं एका सुरात ओरडली : "का...य? चू...क?"

"हो. तुमच्याकडून खरी गोष्ट समजावी म्हणून मी मुद्दामच चुकीचा प्रश्न विचारला."

"म्हणजे...?"

"गोष्ट क्रमांक एक, प्रश्नाचं उत्तर कधीही पाठ करायचं नाही..."

"पाठ करायचं नाही...? म... काय करायचं?"

"पाठ नाही केलं तर लिहायचं काय?"

प्रश्नाचं उत्तर पाठ केल्यावर सगळ्यात मोठा धोका म्हणजे, मधला एक जरी शब्द विसरला की गाडीला ब्रेक लागतो. म... पुढचं काहीच आठवत नाही आणि अशा वेळी जर का आपला आत्मविश्वास कमी कमी व्हायला लागला, तर मग झालीच पंचाईत. पुढच्या प्रश्नांची उत्तरंपण चटकन आठवत नाहीत. हो की नाही?"

हे ऐकताच नेहा म्हणाली, "माझं असं खूप वेळा होतं; पण... पण म... काय करायचं अशा वेळी?"

आणखी दोघांनी नेहाकडं पाहत 'हो-हो-हो-हो' करत माना हलवल्या.

"उत्तर पाठ करायचं नाही, तर प्रश्न समजून घ्यायचा..."आई म्हणाली. तिला थांबवत नेहा आणि शंतनू दोघं म्हणाले, "अगं, आम्हाला समजेल असं सांग ना. आधीच त्या परीक्षेच्या भीतीनं उत्तरांचा चिवडा झालाय."

आई त्यांना समजावत म्हणाली, "नीट लक्ष द्या. अजून वेळ गेली नाही. न समजता कुठलीही गोष्ट पाठ केली, तर ती विसरण्याची शक्यताच अधिक. म्हणून आधी प्रश्न समजून घ्यायचा. म्हणजे हा प्रश्न कशाबद्दल आहे? कुठल्या घटकाबद्दल आहे? याचा विचार करायचा. नंतर या प्रश्नाच्या उत्तरात अपेक्षित मुद्दे कुठले असू शकतील, याची छोटीशी यादी तयार करायची आणि ही यादी लक्षात राहण्यासाठी या मुद्द्यांचा एक पासवर्ड तरी तयार करायचा किंवा त्या यादीतले प्रमुख तीनच मुद्दे लक्षात ठेवायचे. बस्स. उत्तर पाठ करण्याची गरज नाही."

"पण यामुळं काय होईल?"

''आणि तो पासवर्ड किंवा ते तीन मुद्देच विसरलो तर...?''

''यामुळं तुम्ही तुमच्या भाषेत उत्तर लिहाल आणि तुम्ही जे लिहाल ते तुमचंच असेल. इतरासारखं छापील नसेल. तुम्ही पाठांतरावर किंवा घोकंपट्टीवर अवलंबून नसल्यानं तुमची लेखनाची गतीपण वाढेल. तुम्ही तयार केलेला पासवर्ड किंवा तुम्ही शोधलेले ते तीन मुद्दे तुम्ही विसरत नाही. कारण, तुम्ही प्रश्न समजून घेऊन ते तयार केलेले असतात आणि दुसरं म्हणजे ते तुम्हीच शोधलेले असतात. आपण शोधलेली वस्तू कधीच पाठ करावी लागत नाही. कारण, शोधतानाच ती पाठ होत असते. आणखी काही शंका?''

''हे खरंतर आम्हाला आधीच कळायला पाहिजे होतं... आता?''

मी मघाशीच म्हणाले, ''अजून वेळ गेलेली नाही म्हणून आणि मी सांगणार असलेली दुसरी गोष्टही याच्याशीच संबंधित आहे.''

''दुसरी कुठली आयडिया?''

''दुसरी आयडिया आणि पहिली या एकमेकींना पूरकच आहेत का?''

''अं... हो. दुसरी आयडिया एकदम फंडू आहे. 'सकारात्मक विचार' करायचा...''

''आता हे काय नवीन?''

''पण यात कुठली आली आहे आयडिया?''

''अरे, माझं बोलणं तर पूर्ण होऊ देत. समजा, आपण अशी कल्पना करू, की एखादा प्रश्न समजून घेऊन तुम्ही तयार केलेला पासवर्ड किंवा ते महत्त्वाचे तीन मुद्दे तुम्हाला अजिबात आठवत नाहीयेत. अशा वेळी मनात नकारात्मक विचार आणायचे नाहीत. 'आता मला आठवत नाही', 'आता माझी वाट लागली', 'फारच कठीण प्रश्न आहे हा', 'मला येणारच नाही' असे नकारात्मक विचार अजिबात करायचे नाहीत...''

''बाप रे! आम्ही तर असाच विचार करतो.''

''आठवलं नाही, तर कुणीही असाच विचार करणार ना?''

''अवघड प्रश्न असेल, काहीच आठवत नसेल तर मग सकारात्मक विचार कसा काय करणार?''

''तेच मी तुम्हाला सांगतेय. उत्तरातले महत्त्वाचे मुद्दे आठवले नाहीत, तर निराश व्हायचं नाही. मनात म्हणायचं, 'ठीक आहे. बाकीच्या चार प्रश्नांची उत्तरं आठवली आहेत. याचाच अर्थ, काही प्रश्नांची उत्तरं आधी आठवतात, तर काहींची नंतर आठवतात. या प्रश्नांचीही

उत्तर मला नंतर आठवतीलच. कारण, मी प्रश्न समजून घेतले आहेत. मी मनापासून अभ्यास केलेला आहे.' खरं सांगते, माझ्यावर विश्वास ठेवा, जेव्हा तुम्ही पहिल्या दोन प्रश्नांची उत्तरं लिहू लागता, तेव्हाच तुम्हाला अडलेल्या उत्तरांमधलेही मुद्दे सुचू लागतात...''

''बाप रे, चमत्कारच आहे!''

''हा चमत्कार नाही. कारण आजपर्यंत तुम्ही असा विचार केला नसेल. आपण सकारात्मक विचार केला म्हणून आपल्याला सकारात्मक परिणाम दिसला. निराश न होता स्वतःवर विश्वास ठेवून लढलं, तर यश समोर हात जोडून उभंच असतं. आपण आपल्यावरचा विश्वास गमावला, तर आपण निराशेच्या दरीत कोसळतो. आपण आपला विचार कसा बदलायचा, हे प्रत्येकानं ठरवायचंय.''

अभ्यासाची नवी दिशा मिळाल्यानं मुलं भलतीच चार्ज झाली. गप्पा मारताना खाऊ खायचाय, हेही विसरून गेली.

आई म्हणाली, ''चला, आता खाऊ खाऊ.''

मुलं म्हणाली, ''नाही नाही. आता अभ्यासाला जाऊ जाऊ.''

❖ 'मुलांनी अभ्यास कसा करावा' हे पालकांनी फक्त सुचवावं; पण त्याचा अती आग्रह धरू नये.

❖ घोकंपट्टी म्हणजे अभ्यास नव्हे (हे वाचताना काही पालकांना त्रास होईल), तर प्रश्न समजून घेणं आणि त्याचं उत्तर आपल्या भाषेत देता येणं हे अधिक महत्त्वाचं आहे.

❖ मुलं अभ्यास करत असतात, तेव्हा मुलांना पालकांचा 'सहभाग' नव्हे, तर 'सहवास' हवा असतो, हे कायम लक्षात ठेवा.

❖ मुलांना त्यांची अभ्यासाची पद्धत शोधण्याचं आणि शोधलेली पद्धत पुन्हा बदलण्याचंही पूर्ण स्वातंत्र्य द्या. यातूनच त्यांची अभ्यासाची गती वाढेल.

❖ 'मुलांना सतत शिकवू नका, तर त्यांना शिकण्याची सकारात्मक प्रेरणा द्या' ही चिनी म्हण नेहमी लक्षात ठेवा!

टिंब टिंब सोडवासोडवी

पालवी म्हणाली, ''तुम्ही गुड फ्रायडेची तारीख आणि वार शोधला आहे आणि एप्रिल महिन्यात किती दिवस असतात, हे तर तुम्हाला माहीतच आहे. म्हणजेच गुड फ्रायडे आणि एप्रिल महिन्याचा शेवटचा दिवस या दोहोंमध्ये 'टिंब टिंब' दिवसांचं अंतर आहे, तो दिवस म्हणजे 'टिंब टिंब' वार आहे.''

आज एप्रिल महिन्यातला शेवटचा रविवार असल्यानं नेहाच्या घरी मुलांचा धुमाकूळ चालल होता. आज सकाळी सकाळीच अन्वय, वेदांगी, पार्थ, शंतनू आणि पालवी असे सगळे जमले होते.

आज सगळ्यांनी मिळून नेहाचं घर आवरायचं, असं ठरलं होतं; पण नेहाचे कपड्याचे खण, पुस्तकांचं कपाट आणि अभ्यासाच्या वह्या, पुस्तकांचा पसारा आवरता आवरता या मुलांच्या नाकी नऊ आले. सगळे घामानं भिजले. केस अस्ताव्यस्त झाले आणि धुळीनं शिंका देऊन बेजार झाले. आता पुढच्या वेळी नीट प्लॅनिंग करूनच अशी कामं करायची, असं ठरवून सगळे पंख्याखाली आडवे पडले.

''खूप काम झालं बाबा...'' असं शंतनूनं म्हणताच बाबा म्हणाले, ''हो हो. तुम्ही तर अगदी वाघाची शिकार करून आल्यासारखे दमला आहात.''

''बाबा, मी खरंच शिकार करणार होतो; पण शिकार पळायला लागली आणि तिच्या दुप्पट वेगानं हे सगळे शिकारी सैरभैर पळू लागले. त्यामुळं शिकार हातची निसटली आणि कॉटखाली जाऊन लपली ना...''

''ओहो. म्हणून तो मघाशी आरडाओरडा आणि किंचाळणं सुरू होतं वाटतं? छोटासा वाघ आला होता का?''

''अहो, वाघ आला असता, तर मी त्याला खांद्यावरच घेतला असता की; पण कपाटातून तुरतुरत आलं झुरळू आणि शिकारी लागले पळू पळू.''

''पळून पळून दमलेल्या शूर शिकाऱ्यांनो, जरा बाहेरच्या खोलीत या. गरमागरम पकोडे आणि कॅलेंडर-कोडं तुमची वाट पाहतंय.''

सगळे शिकारी बाहेरच्या खोलीत आले.

थोड्याच वेळात पकोडे संपले आणि कॅलेंडर-कोडं उरलं.

''आज आपण कॅलेंडर-कोड्याचा खेळ खेळणार आहोत. भिंतीवर सगळ्यांना एप्रिलचं कॅलेंडर दिसत आहे. हे कॅलेंडर पाहून तुम्ही कोडं तर सोडवायचं आहेच; पण या एप्रिल महिन्यावर आधारित नवीन कोडीपण तयार करायची आहेत.''

''बाबा, तुम्ही बोललात ते काहीसुद्धा कळलं नाही.''

''कळेल. आपण दोन गट करू या. अन्वय, नेहा आणि पार्थ एका गटात. वेदांगी, पालवी आणि शंतून दुसऱ्या गटात. आता मी तुम्हाला दोन कोडी घालतो म्हणजे आपोआपच तुम्हाला कळेल की...''

''सांगा, सांगा लवकर...'' एक शिकारीण ओरडली.

''आता मी सांगतो ते लिहून घ्या. मी जेव्हा 'टिंब टिंब' म्हणेन तेव्हा ती गाळलेली जागा तुम्ही शोधायची आहे.

असं समजा, की आज शनिवार, १ एप्रिल आहे. आजपासून तिसऱ्या दिवशी रामनवमी आहे. म्हणजेच रामनवमी 'टिंब टिंब' वारी 'टिंब टिंब' तारखेला आहे.''

''पार्थ टुणकन उडी मारून उठला आणि म्हणाला,

''मला कळलंय. रामनवमी मंगळवारी ४ तारखेला आहे.''

''अं... आम्ही न लिहून चालेल का? कारण लिहिताना खाली बघावं लागतं आणि उत्तर शोधण्यासाठी

भिंतीवर पाहावं लागतं. आणि जे लिहीत नाहीत ते उड्या मारत उत्तरं सांगतात.''

''आलं लक्षात. चालेल न लिहून.''

''बाबा, आता सांगाच. हे उत्तर मीच ओळखणार.''

'तुम्हाला माहीतच आहे, की रामनवमी आणि हनुमानजयंती नेहमी एकाच वारी येतात. कारण या दोहोंमध्ये सात दिवसांचं अंतर आहे. म्हणजेच हनुमानजयंती 'टिंब टिंब' वारी 'टिंब टिंब' तारखेला आहे.''

'मी सांगतो...', 'मी सांगते...', 'नाही नाही, मीच' अशी गडबड सुरू झाल्यावर बाबा म्हणाले, ''आता उत्तर कुणीच सांगायचं नाही. आता एका गटानं

प्रश्न विचारायचा आणि दुसऱ्या गटानं त्याचं उत्तर लिहायचं. पाहू या कोण जिंकतंय?''

सगळेच म्हणाले, ''ओके... बोके... पक्के, काम शंभर टक्के.''

अन्वयनं विचारलं, ''हनुमानजयंतीच्या दोन दिवस आधी महावीरजयंती आहे. हनुमानजयंतीची तारीख आणि वार तर आपण शोधलाच आहे. म्हणजेच महावीरजयंती 'टिंब टिंब' वारी 'टिंब टिंब' तारखेला आहे.''

वेदांगीनं उत्तर लिहिलं.

पालवी म्हणाली, ''महावीरजयंतीच्या दोन दिवस आधी किंवा रामनवमीनंतर दोन दिवसांनी जागतिक आरोग्यदिन आहे. तेव्हा जागतिक आरोग्यदिन 'टिंब टिंब' वारी 'टिंब टिंब' तारखेला आहे, हे तुम्ही ओळखलं असेलच.''

अन्वयनं उत्तर लिहिताच नेहा म्हणाली, ''जागतिक आरोग्यदिन आणि भारतरत्न डॉ. बाबासाहेब आंबेडकरजयंती या एकाच वारी आहेत. कारण, या दोन्हींमध्ये फक्त सात दिवसांचं अंतर आहे आणि गंमत म्हणजे, त्याच दिवशी गुड फ्रायडेपण आहे. म्हणजेच भारतरत्न डॉ. बाबासाहेब आंबेडकरजयंती 'टिंब टिंब' तारखेला 'टिंब टिंब' वारी आहे, हे तुम्हाला कळलंच आहे.''

पालवीनं उत्तर लिहिलं आणि शंतनूनं विचारलं, ''गुड फ्रायडेनंतर येणाऱ्या पहिल्या रविवारला ईस्टर संडे म्हणतात. म्हणजेच ईस्टर संडे 'टिंब टिंब' तारखेला आहे.''

नेहानं उत्तर लिहिलं आणि पार्थनं विचारलं, ''साडेतीन मुहूर्तांपैकी एक 'अर्धा मुहूर्त' म्हणजे अक्षय्य तृतीया. ही अक्षय्य तृतीया या एप्रिल महिन्यात आहे. ज्या वारी जागतिक आरोग्यदिन आहे, त्याच वारी अक्षय्य तृतीया आहे; पण या दोघांमध्ये २१ दिवसांचं अंतर आहे. आता तुम्हाला अक्षय्य तृतीया कोणत्या वारी आहे, हे तर समजलंच आहे. तरीपण समजलं नसलं, तर आणखी एक सोपा क्लू देतो. गुड फ्रायडे आणि अक्षय्य तृतीया या दोहोंमध्ये १४ दिवसांचं अंतर आहे. म्हणजेच अक्षय्य तृतीया 'टिंब टिंब' वारी 'टिंब टिंब' तारखेला आहे.''

''व्वा...फारच छान,'' असं म्हणत शंतनूनं चार वेळा कॅलेंडरकडं बघत उत्तर लिहिलं आणि वेदांगीनं विचारलं, ''जरासं मोठं कोडं तयार केलं आहे हं. या इंग्लिश महिन्यात दोन मराठी महिने लपलेले आहेत. हनुमानजयंती चैत्र पौर्णिमेला असते, हे तुम्हाला माहीतच आहे. हनुमानजयंती कधी आहे, हे तर आपण शोधून काढलंच आहे. चैत्र अमावास्या हा चैत्रातला शेवटचा दिवस. चैत्र पौर्णिमेनंतर बरोबर १५ दिवसांनी चैत्र अमावास्या येते. म्हणजेच चैत्र अमावास्या 'टिंब टिंब'

तारखेला आहे. चैत्र महिना संपल्यानंतर वैशाख महिना सुरू होतो. म्हणजेच वैशाख महिन्याची सुरुवात 'टिंब टिंब' वारी 'टिंब टिंब' तारखेला होते.''

अन्वय म्हणाला, ''लई भारी.''

नेहानं विचारलं, ''एप्रिल महिन्यात छत्रपती शिवाजीमहाराज यांची पुण्यतिथी आणि महात्मा जोतीराव फुले यांची जयंती एकाच दिवशी आहे. आणि गंमत म्हणजे, त्याच दिवशी हनुमानजयंतीसुद्धा आहे. तुम्ही चैत्र पौर्णिमा आणि अक्षय्य तृतीया या दोहोंची तारीख आणि वार ओळखला आहे. म्हणजेच फुलेजयंती आणि अक्षय्य तृतीया या दोहोंमध्ये 'टिंब टिंब' दिवसांचं अंतर आहे.''

वेदांगी बोटांनं कॅलेंडरवरचे दिवस मोजत म्हणाली, ''एकदम फंडू का झंडू.''

पालवी म्हणाली, ''तुम्ही गुड फ्रायडेची तारीख आणि वार शोधला आहे आणि एप्रिल महिन्यात किती दिवस असतात, हे तर तुम्हाला माहीतच आहे. म्हणजेच गुड फ्रायडे आणि एप्रिल महिन्याचा शेवटचा दिवस या दोहोंमध्ये 'टिंब टिंब' दिवसांचं अंतर आहे, तो दिवस म्हणजे 'टिंब टिंब' वार आहे.''

हाताची बोटं मोजत पार्थ उत्तर लिहीत असतानाच बाबा म्हणाले, ''बस्स बस्स. आता शेवटचं एकच कोडं मी घालणार आहे आणि त्यासाठी हे भिंतीवरचं कॅलेंडर जमिनीवर ठेवावं लागणार आहे.''

त्याक्षणी शंतनूनं उडी मारून कॅलेंडरचा ताबा घेतला.

अन्वय आणि पार्थ कॅलेंडरवर झडप घालणारच होते, तेव्हा बाबा म्हणाले, ''तुमच्या गटासाठी वेगळं कॅलेंडर टेबलावर ठेवलंय. आता कोडं ऐका : २०१७ या वर्षातल्या फक्त ५ महिन्यांतच ५ रविवार येतात, तर बाकी ७ महिन्यांत ४ रविवार येतात.

५ रविवार असणारे महिने : एक : जानेवारी

दोन : 'टिंब टिंब'

तीन : 'टिंब टिंब'

चार : 'टिंब टिंब'

पाच : 'टिंब टिंब'

आता एका मिनिटात ओळखा हे उरलेले चार महिने. आणि हो, हे चार महिने कॅलेंडरमधून ओढून काढू नका बरं.''

कॅलेंडरची पानं फसाफस, खसाखस पुढं-मागं करताना महिन्यांची ओढाताण करताना बिचारे अनेक महिने खिळखिळे झाले, काही महिने जायबंदी झाले, तर काही जखमी आणि कागदबंबाळ झाले!

सगळ्या जणांनी 'त्या ४ महिन्यांच्या' नावांचा कल्ला सुरू केला, तेव्हा दोन्ही हात वर करत शंतनू म्हणाला, ''मी आणखी एक गोष्ट ओळखली आहे... आणखी एक गोष्ट...''

हे ऐकताच सगळे एकदम गप्प झाले आणि भुवया उंचावत डोळे मोठे करून ऐकू लागले.

शंतनूनं उभं राहून ऐटीत विचारलं, ''जर चौथ्या महिन्यात ५ रविवार आले, तर 'त्या पाचव्या रविवारी' काय करतात ते माहीत आहे का तुम्हाला?''

सगळे म्हणाले, ''आँ... आँ... आँ... अँ... अँ... अँ...''

''तुला माहीत असेल तर सांग ना, कशाला भाव खातोस?''

''ऐका तर मग. जर चौथ्या महिन्यात ५ रविवार आले, तर 'त्या पाचव्या रविवारी' मुलांना सकाळी घरी बोलावून चमचमीत आणि झणझणीत मिसळ-पाव देतात. मुलांना मिसळ तिखट लागली असेल, असं समजून त्यांना नंतर खायला आंबाबर्फी देतात. आणि मग मुलांनी शांत होण्यासाठी त्यांना थंडगार, सुमधुर असा मँगो मिल्कशेक देतात. हो किनई, आई?''

मिसळीची तयारी करत असताना आईनं विचारलं, ''कमालच आहे तुझी. तुला कसं काय कळलं?''

''अगं, भिंतीवरचं कॅलेंडर पाहत असताना मी जरासं भिंतीतून आत डोकावून पाहिलं. चला... चला, आता सुरुवात करू या. चांगल्या कामाला उशीर नको.''

रसरशीत मिसळीचा पहिला बकाणा घाईघाईत भरून कुणाला ठसका लागला असेल, हे तर तुम्ही ओळखलंच असेल.

❖ खरं म्हणजे हा खेळ कुठल्याही महिन्यासाठी खेळता येईल. या खेळामुळे मुलं कॅलेंडर काळजीपूर्वक पाहायला तर शिकतातच; पण त्याच वेळी मराठी आणि इंग्लिश महिन्यांचा वेगळ्या प्रकारे शोध घ्यायलाही मुलांना शिकवा.

❖ इंग्लिश तारखेप्रमाणेच चतुर्थी, पंचमी, सप्तमी, पौर्णिमा, अमावास्या याप्रमाणेसुद्धा खेळाचं नियोजन करा.

❖ कॅलेंडरचा पुढचा भाग म्हणजे पंचांग. पंचांग कसं पाहतात, हे तुमच्या ओळखीत कुणाला माहीत असेल, तर त्याची मुलांना ओळख करून द्या.

❖ खेळ फक्त विशिष्ट महिन्यापुरता मर्यादित न ठेवता खेळासाठी संपूर्ण कॅलेंडरचा उपयोग करा. म्हणजे अधिक चुरस निर्माण होईल.

❖ वेगवेगळ्या धर्मांचे सण आणि उत्सव, इतकंच मर्यादित लक्ष्य ठेवूनही या खेळाची आखणी करता येईल.

❖ 'कॅलेंडर म्हणजे वर्तमानात राहून भविष्यात डोकावणं' या चिनी म्हणीचा अर्थ समजून घेऊन तुमच्या खेळांची आखणी करा!

तिसरी पायरी

''आज पहिल्यांदाच मी माझ्या मुलाच्या प्रश्नावर इतका विचार केला. त्यासाठी खूप वेळ दिला आणि विशेष म्हणजे, यासाठी इतरांची मदतही घेतली. म्हणून मी उत्तराच्या जवळपास जाऊ शकले. आज मला खूप आनंद झालाय. मला वाटतं, 'आपल्याला कुणीतरी काही सांगावं आणि तेच आपण करावं,' हे काही योग्य नाही; हीसुद्धा घोकंपट्टीच झाली ना हो? आपण बदलू या.''

या रविवारी चमत्कारच झाला. पालवीच्या घरी सगळ्या मुलांचे केवळ पालकच जमले आणि त्यातही दोन नवीन पालक. हा काय प्रकार आहे, तेच पालवीच्या आईबाबांना कळेना.

भुवया उंचावत, डोळे मोठे करत पालवीच्या बाबांनी विचारलं, ''हे काय? सगळी मुलं कुठं गेली? आणि हे अचानक तुम्ही कसे काय आलात? आणि हे नवीन कोण?''

पालवीच्या बाबांना थांबवत शंतनूचे बाबा म्हणाले, ''मी सांगतो सगळं. गेल्या रविवारी खरं म्हणजे आम्ही कुणीच मुलांना पाठवायला तयार नव्हतो. आम्हांला परीक्षेची भीती होती; पण मुलं तुमच्याकडून आल्यापासून पार बदलून गेली...''

''म्हणजे? काय झालं काय असं?''

''अहो, चांगलंच झालं. न सांगता अभ्यासाला बसायला लागली. आम्ही काही सांगायला गेलो तर शंतनू म्हणाला की 'बाबा, मी सीरियसली अभ्यास करतोय... प्लीज, डिस्टर्ब करू नका. अभ्यास करण्याची सकारात्मक पद्धत आम्हाला पालवीच्या आईनं सांगितली आहे आणि आता पाहाच तुम्ही, माझ्या मार्कांमध्ये फरक पडतो की नाही ते!' अहो, खरं सांगतो... शंतनू अभ्यासाबद्दल इतक्या आत्मविश्वासानं बोलू शकेल, असा विचार मी स्वप्नातसुद्धा कधी केला नव्हता. तो झपाटल्यासारखा अभ्यास करतोय आणि तेही आनंदानं. बाकीच्या सगळ्यांचाही तोच अनुभव आहे.''

नेहाची आई म्हणाली, ''आणखी एक गंमत म्हणजे, परीक्षेहून घरी येताना नेहा हसतच आली. हा माझ्यासाठी मोठाच शॉक होता. कारण आतापर्यंत परीक्षेहून आल्यावर सतत तिची कुरकुर सुरू असायची. 'पेपरच कठीण काढला होता...', 'प्रश्नच आठवले नाहीत...', 'लिहायला वेळच पुरला नाही...', 'हे नाही आणि ते नाही...' या वेळी ती आल्या-आल्या म्हणाली, 'अगं आई, या वेळी मला

आधी न आठवलेल्या तीन प्रश्नांची उत्तरंसुद्धा नंतर आठवली. हे ऐकल्यावर मला तर अतिशय म्हणजे अतिशयच आनंद झाला.''

वेदांगीची आई म्हणाली, ''आमच्याकडचा 'चमत्कार' थोडा वेगळा आहे. परीक्षेला जाताना वेदांगीची फे फे उडालेली असायची. आपण अभ्यास केलाय खरा; पण ऐन वेळी आपल्याला आठवेल ना, याचीच तिला भयंकर भीती वाटायची. या वेळी तिला एकदम शांत पाहून मीच मनात घाबरले. क्षणभर वाटलं, परीक्षा पुढंबिढं ढकलली की काय? तर वेदूच मला म्हणाली की, 'आई, मी सकारात्मक विचार करतेय म्हणून मला भीती वाटत नाहीये. मी मनापासून अभ्यास केला आहे आणि तो मला आठवणार आहे, यावर माझा विश्वास आहे. आता तू माझी काळजी करू नकोस.' मी त्याच वेळी मनातल्या मनात हात जोडले. तेव्हाच ठरवलं आता तुम्हाला आणि सगळ्यांना भेटलंच पाहिजे.''

ते नवीन आलेले पालक काही बोलणार तोच नेहाचे बाबा म्हणाले, ''हं, सांगायचं राहिलंच. हे अन्वयचे आई-बाबा. अन्वय हा नेहाच्या वर्गात आहे आणि आमचा शेजारीपण आहे.''

अन्वयची आई म्हणाली, ''परीक्षा जवळ आली की नेहमी अन्वयची बाकबुक सुरू होते; पण या वेळी नेहानं काय जादू केली माहीत नाही; ते दोघं मिळून अभ्यास एन्जॉय करत होते. त्यालाही या मुलांसोबत खेळायचं आहे आणि आम्हांलाही तुम्हाला भेटायचं होतं म्हणून...''

''हो, हो. काहीच हरकत नाही,'' पालवीची आई म्हणाली, ''हे तुमचं सगळं ऐकताना मला खरंच मुलांचं कौतुक वाटतंय.'' हे ऐकताच शंतनूची आई म्हणाली, ''मुलांच्या अभ्यासाविषयी, त्यांचा अभ्यास कसा घ्यायचा याविषयी आम्हांला काहीतरी सांगाच. कारण, आता भीती वाटते की मुलं व्हायची हुशार आणि आम्ही राहायचो अडाणी.''

पालवीची आई संकोचत म्हणाली, ''नाही, नाही. असं काही नाही. माझाही या विषयात फार काही अभ्यास नाही, तेव्हा मी तुम्हाला काय सांगणार?''

अन्वयचे बाबा म्हणाले, ''ठीक आहे. आपण गप्पा मारू या. आपापले प्रश्न इतरांसमोर अगदी मनमोकळेपणानं मांडू या. आणि सगळे मिळून या प्रश्नांचा समंजसपणे वेध घेऊ या. मला खात्री आहे, याचा आपल्याला नक्की फायदा होईल.''

पदराला हात पुसत पालवीची आई म्हणाली, ''व्वा. चांगली कल्पना आहे. आपण नक्कीच गप्पा मारू; पण आधी चहा घेऊ या.''

चहापान झाल्यावर अन्वयची आई म्हणाली, ''माझ्यापासून सुरुवात करू या. अन्वय अभ्यासात चांगला आहे; पण त्याला लिहिण्याचा फार कंटाळा. शाळेतल्या वह्यासुद्धा अपूर्ण असतात म्हणून तो नेहमी बोलणी खातो.''

मान हलवत पार्थचे बाबा म्हणाले, ''अगदी आमच्याच घरातलं उदाहरण सांगितलंत. दहा मिनिटांचा लिहिण्याचा गृहपाठ पूर्ण करायला त्याला अक्षरशः एक

तास लागतो. सतत टंगळमंगळ सुरू. याचा त्याच्यापेक्षा मलाच जास्त त्रास होतो.''

''खरंय तुमचं; पण एकंदरीतच मुलांना लिहिण्याचा कंटाळा का असतो?''

''याला अनेक कारणं असू शकतात. उदाहरणार्थ, पेन धरण्याची त्यांची पद्धत सदोष असेल, तर बोटांवर ताण तर येतोच; पण त्यामुळं लेखनगतीसुद्धा कमी होते किंवा त्यांना त्यांच्या भाषेत लिहायला मिळत नाही किंवा कंटाळवाण्या-किचकट गोष्टी सक्तीनं लिहायला लागतात. जे लिहितोय त्यातून त्यांना आनंद मिळत नसतो. अशा अनेक कारणांमुळं लेखनाविषयी एक अढी मनात निर्माण होते आणि याबाबत पालकांनी सतत टोचल्यामुळं ही अढी पक्की होत जाते.''

''पण मग, यातून काही मार्गच नाही का?''

''किंवा मी असं म्हणेन मुलांच्या नकळत यातून काही मार्ग काढता येईल का?''

''मुलांच्या नकळत... म्हणजे...?''

''नकळत म्हणजे. हे गेल्या रविवारचंच उदाहरण पाहा नं. मुलं त्यांच्या नकळतच बदलली. म्हणजे असा काही गमतीशीर खेळ शोधला पाहिजे किंवा आपण सगळ्यांनी मिळून असे काही मजेशीर उपक्रम केले पाहिजेत, की मुलांना लिहिण्यातली मजा कळली पाहिजे.''

''खरंय. आपण सगळ्यांनी मिळून जर लिहिण्यातली मजा अनुभवली, तर, आणि तरच ती मजा मुलांपर्यंत पोहोचवू शकू आणि मग मुलांसोबत लिहिणं एन्जॉयही करू शकू.''

''व्वा. ही तर फारच छान कल्पना आहे; पण हे करायचं कसं? कुणाची तरी मदत घ्यायला हवी आणि हा प्रश्न सोडवायलाच हवा.''

''कुणाला विचारावं?''

''मला वाटतं, हा प्रश्न आपला आहे. आपणच हा प्रश्न जर खोलात जाऊन समजून घेतला, तर आपल्याला उत्तर मिळू शकेल. आपण या प्रश्नाच्या विविध बाजू तपासू या.''

''पण ते कसं करायचं?''

अन्वयची आई म्हणाली, ''अगदी सोपं. आपण यासाठी एक तीन पायऱ्यांचा खेळ खेळू. आता आपण बारा जण आहोत. आपण तीन-तीन जणांचे चार गट करू या. मुलांना लिहिण्याचा कंटाळा का वाटतो, त्यांना लिहावंसं का नाही वाटत, याची प्रत्येक गटानं आपापसात चर्चा करून एक यादी करायची. यासाठी वेळ आहे फक्त १० मिनिटं.''

पालक पटापट चार गटांत बसून लिहू लागले.

पहिली दोन कारणं लिहिल्यानंतर मात्र फार काही सुचेना. प्रत्येक गटानं जेमतेम पाच कारणं लिहिली.

''आता दुसरी पायरी. प्रत्येक गटानं आपापल्या कागदांची अदलाबदल करा. आता तुमच्या हातात आलेल्या प्रश्नांपैकी किमान दोन प्रश्नांची, म्हणजेच समस्यांची, उत्तरं तुम्ही शोधायची आहेत.''

''म्हणजे आम्ही काय करायचं?''

''हातात आलेले प्रश्न तुमच्याच मुलाचे आहेत. त्यासाठी तुम्हाला मुलाला मदत करायची आहे, तर मग तुम्ही काय काय कराल? बस्स, ते लिहा.''

''म्हणजे... मी काय करीन? आम्ही मिळून काय करू? किंवा त्यासाठी कुठं मदत शोधू? अशा प्रकारेच लिहू ना?''

''येस. एकदम बरोबर.''

एवढा वेळ शांत असणारे पालक आता आपापसांत बोलू लागले. काही जण फोन करून डॉक्टरांचा, समुपदेशकांचा, मुख्याध्यापकांचा, शिक्षकांचा, मित्रांचा, नातेवाइकांचा आणि त्याहूनही कुणाकुणाचा सल्ला घेऊ लागले.

काही जण गुगलवर शोधू लागले.

काही जण स्वतःच विचार करत काही गोष्टी लिहू लागले.

काही जण एकमेकांना अनाहूत सल्ले देऊ लागले.

हे सगळं असं ३० मिनिटं चाललं होतं.

अन्वयच्या आईंनं टाळ्या वाजवल्या, तेव्हा कुठे सगळे शांत झाले.

आपण शोधून काढलेले खास उपाय, स्पेशल उपाय, 'हट के' उपाय सगळ्यांनी वाचले. आता सगळ्यांना पुढच्या पायरीची उत्सुकता लागली होती.

इतक्यात अन्वयची आई म्हणाली, ''तिसरी पायरी तुम्ही ओळखलीच असेल.''

''नाही. कुठली आहे तिसरी पायरी?''

''आपल्या मुलांचे प्रश्न मांडले कुणी?''

''आम्ही सगळ्यांनी.''

''आता उत्तरं मिळाली आहेत. त्यांचं विश्लेषण करून कामाचा आराखडा तयार करणं आणि कामाला सुरुवात करणं, हे करायचं कुणी?''

''अर्थात आम्ही सगळ्यांनी...''

'हीच तर आहे तिसरी पायरी. चलो गुरू, करो शुरू.'

काही पालक गडबडून म्हणाले, ''हे काही बरोबर नाही हं. तुम्ही आम्हांला नेमकं काही सांगतच नाही. म... आम्ही काय करायचं?''

शंतनूची आई म्हणाली, ''आज पहिल्यांदाच मी माझ्या मुलाच्या प्रश्नावर इतका विचार केला. त्यासाठी खूप वेळ दिला आणि विशेष म्हणजे, यासाठी इतरांची मदतपण घेतली. म्हणून मी उत्तराच्या जवळपास जाऊ शकले. आज मला खूप आनंद झालाय. मला वाटतं की, आपल्याला कुणीतरी काही सांगावं आणि तेच आपण करावं, हे काही योग्य नाही; ही पण घोकंपट्टीच झाली ना हो? आपण बदलू या. कुणाची वाट न पाहता, आपल्या मुलांच्या प्रश्नांवर आपण मिळून उत्तरं शोधू या. आपण प्रयत्न केले तर यश दूर नाही.''

''खरंय तुमचं. आपली मुलं सकारात्मक विचार करायला लागली आहेत. आता पाळी आपली आहे.''

''थोड्याच दिवसांत आपण पुन्हा भेटू आणि त्या वेळी आपण...''

''त्या वेळी आपण नवीन प्रश्नाला भिडू या.''

सगळ्यांनीच उत्स्फूर्तपणे टाळ्या वाजवल्या.

पुन्हा एक चहाची फेरी झाली.

आणि प्रत्येकाच्या मनात तिसरी पायरी पक्की झाली.

पालकांसाठी...

❖ आपण सतत पालकांच्या भूमिकेत राहिलो, तर मुलांचे प्रश्न समजत नाहीत. मुलांचे प्रश्न समजून घेण्यासाठी 'मूलकेंद्री विचार' करायला हवा.

❖ आपल्या हृदयातलं मूल जागं असेल तरच मूलकेंद्री विचार करता येतो.

❖ मुलांना त्यांचे प्रश्न निर्भयपणे मांडता येतील, असं पोषक वातावरण घरात तयार करा.

❖ आपण आपल्या मुलांचे प्रश्न सोडवू शकतो, असा विश्वास बाळगून कामाला लागा.

❖ 'सगळेच प्रश्न अवघड असतात; पण प्रयत्न केला तर सहजी सुटू शकतात,' ही चिनी म्हण नेहमीच लक्षात ठेवा.

सुटीसाठी किल्ली आणि कुलपं

आता सगळे वेदांगीकडं पाहू लागले. ती सांगू लागली, ''माझा किल्ली-शब्द आहे 'तयार करणं'. या किल्ली-शब्दाचा मी दोन प्रकारे विचार केला आहे. एक, आपण काहीतरी नवीन तयार करणं. आणि दुसरा, काहीतरी करण्यासाठी स्वतःला तयार करणं. आणि मग मी यातला दुसरा अर्थ निवडला...''

हा रविवार नेहाकडं ठरला होता. सुटी सुरू झाली असल्यानं इतके खेळ समोर दिसत होते, की आज कुठला खेळ खेळायचा हेच तिला सुचत नव्हतं.

इतक्यात अन्वय, पालवी, शंतनू, वेदांगी आणि पार्थ आलेच.

''आज एक से बढकर एक, म्हणजे आपण सहा जण,'' पार्थनं असं म्हणत अन्वयला टाळी दिली.

नेहाचे बाबा म्हणाले, ''आजच्या रविवारचं मी जरा वेगळंच नियोजन केलं आहे आणि तेही दोन भागांत.''

''म्हणजे आम्हाला खाऊ कधी मिळणार? दोन्ही भागांत की मध्यंतरात?''

''तीन भागांत!''

''आँ..? ते कसं काय?''

इतक्यात आई सगळ्यांसाठी खाऊच्या बश्या घेऊन आली. ''अरे, तीन भागांत म्हणजे, आत्ता, मग मध्यंतरात आणि घरी जाताना. तुला हवं असेल तर मी तुला चार भागांतपण खाऊ देईन...''

''नको, नको आई. बास बास. चार भागांत खाऊ म्हणजे माझे चार चौके वाजतील.''

''आता आपल्याला आपल्या सुटीचं नियोजन करायचं आहे. उगाच फालतू टाईमपास करण्यासाठी काही ही सुटी नाही. यासाठीच आपण एक खेळ दोन भागांत खेळू. मी प्रत्येकाला एकेक 'किल्ली-शब्द' देणार आहे. या किल्ली-शब्दाचा उपयोग करून तुम्ही नवनवीन आयडियांची कुलपं उघडायची आहेत..''

''बाबा, मला काहीच कळलं नाही.''

''ठीक आहे. सोपं करून सांगतो,'' बाजूलाच ठेवलेल्या सहा चिठ्ठ्या बाबांनी घेतल्या. ''या प्रत्येक चिठ्ठीत एक किल्ली-शब्द आहे. तुम्ही एकेक चिठ्ठी घ्या. मग मी पुढचं सांगेन.''

सगळ्यांनी चिठ्ठ्या घेतल्या. त्या चिठ्ठ्यांमध्ये 'प्रवास', 'कला', 'नवीन शिकणं', 'मदत', 'तयार करणं' आणि 'सोबत शिकणं' असे सहा किल्ली-शब्द होते. हे किल्ली-शब्द अनुक्रमे अन्वय, नेहा, पालवी, शंतनू, वेदांगी आणि पार्थ यांना मिळाले होते.

''आता उदाहरणार्थ, आपण 'प्रवास' हा किल्ली-शब्द घेतला, तर या सुटीत तुम्हाला कुठं कुठं प्रवास करायचा आहे? का? आणि कसा? हे तुम्ही मला फक्त पाच ओळींमध्ये सांगायचं आहे.''

''अगदी सोपं. या सुटीत तुला कुणाच्या सोबत काय शिकायचं आहे? कसं शिकायचं आहे? आणि का शिकायचं आहे? कळलंय?''

''हो, हो'' अशा मान हलवत सगळी मुलं हातात कागद-पेन घेऊन घरात वेगवेगळ्या ठिकाणी गेली. ज्यांना शंका होती, ते बाबांजवळ जाऊन खुसफुसू लागले.

दहा मिनिटं संपताच बाबांनी टाळ्या वाजवल्या. सगळी मुलं एकत्र जमली.

''चला, अगदी थोडक्यात प्रत्येकानं सांगा.''

हात वर करत पार्थ ओरडला, ''आधी मी. माझा किल्ली-शब्द आहे 'सोबत शिकणं' आणि या किल्लीनं मी चार कुलपं उघडली आहेत.''

''शाबास, कुठली कुलपं?''

''मला पँट शिवायची आहे..''

''क्का..य? तुझी पँट फाटली की काय?''

''अरे, कुठं फाटली पँट?''

''म्हणजे याची पँट 'हवामहल' झाली वाटतं?''

''वैतागून दोन्ही हात उंचावत पार्थ ओरडला : ''अरे, थांबा रे. माझी पँटबिंट काही फाटली नाहीये आणि 'हवामहल'ही झालेला नाहीये...''

''अरे, तुझी पँट फाटलीच नाही तर शिवणार कशी...?''

''आधी माझं बोलणं पूर्ण होऊ दे. मला सरळ कापडापासून नवीन पँट शिवायला शिकायचं आहे. म्हणून मी या सुटीत आमच्या घराजवळच्या 'स्टायलेक्स टेलर्स'कडच्या त्या काकांसोबत शिकणार आहे. मला कधीपासून कुतूहल आहे, की सरळ कापडापासून गोल पँट आणि चौकोनी शर्ट कसे काय शिवले जातात! सगळ्या टेलरमंडळींची मापं घेण्याची एक विशिष्ट पद्धत कशी काय ठरली? मापं घेऊन ते कापड कसं काय कापतात? हे मला त्यांच्यासोबत शिकायचंच आहे.''

''अरे, पण ही तर दोनच कुलपं झाली की. बाकीची दोन कुठली?''

''अरे हां..हां. राहिलंच सांगायचं. मला शिवणाचं मशिन चालवायलाही त्यांच्याकडून शिकायचं आहे. आणि... आणि... ते चौथं कुलूप कुठलं ते मात्र मी अजून ठरवलेलं नाहीय.''

पार्थला शाबासकी देत बाबा म्हणाले, ''व्वा! किल्ली-शब्दांचा उपयोग करून पार्थनं त्याला हवी ती कुलपं उघडली आहेत. फारच छान.''

हात वर करत अन्वय म्हणाला, ''आता मी. माझा किल्ली-शब्द आहे प्रवास. म्हटलं तर या किल्लीनं एकच कुलूप उघडेल किंवा हजारो कुलपं उघडतील. माहीत नसलेल्या ठिकाणी मला प्रवास करायचा आहे...''

''...माहीत नसलेल्या ठिकाणी प्रवास कसा करता येईल?''

''आणि प्रवास केला की सगळंच माहीत होईल की!''

''हो खरंय. मला असं म्हणायचंय, की मी अशा ठिकाणी जाणार आहे, की ज्या ठिकाणी मी कधीही गेलेलो नाही. मी एकट्यानंच जाणार आहे. कुठल्यातरी परक्या गावात जाऊन दोन दिवस राहायचं. कुठलं गाव माहीत नाही. कुणाकडं राहणार माहीत नाही. कसा राहणार माहीत नाही; पण मी हे करणार हे मात्र मला माहीत आहे! मी बसमधून जाताना किंवा ट्रेनमधून जाताना अनेक गावं पाहिली आहेत. त्या वेळी मला नेहमी वाटायचं, की एकदा तरी या कुठल्यातरी एका गावात गेलं पाहिजे, दोन दिवस राहिलं पाहिजे, गावातल्या लोकांशी ओळखी करून घेतल्या पाहिजेत आणि गावातल्या मुलांशी मैत्री केली पाहिजे. या सुटीत असंच करावं, असं मला वाटतंय. मला खात्री आहे, की जरी मी अनोळखी गावात गेलो तरी मी तिथं मिसळून जाईन.''

''व्वा, व्वा! फारच छान. हा तुझा प्रवास वेगळा आहे. खरं म्हणजे अनोळखी गाव नव्हे, तर हा स्वतःलाच शोधण्याचा प्रवास आहे. फार छान,'' बाबांनी असं

कौतुक करताच अन्वयला आनंद झाला.

नेहा बोलू लागली, ''माझा किल्ली-शब्द आहे कला. गंमत म्हणजे, मला हवा होता तोच किल्ली-शब्द मला मिळाला आहे. मला पेटी थोडीफार वाजवता येते; पण या सुटीत मला की-बोर्ड शिकायचा आहे आणि नुसतं वाजवायलाच नाही तर कवितांना, गाण्यांना चाली देणं आणि ते सगळं संगीतात बांधणं हेही मला शिकायचं आहे. कारण ते माझं पॅशन आहे. ती माझी आंतरिक ओढ आहे आणि खरं सांगायचं म्हणजे, सुटी लागली त्याच्या पहिल्या दिवसापासूनच मी या सगळ्याला सुरुवात केली आहे.''

सगळ्यांनी उत्स्फूर्तपणे टाळ्या वाजवल्या.

''आता मला बोललंच पाहिजे,'' असं म्हणत शंतनू बोलू लागला.

''माझा किल्ली-शब्द आहे मदत. मीसुद्धा नेहाप्रमाणे सुरुवात केली आहे. माझ्या वडिलांच्या मित्राचा मुलगा आदित्य हा दिव्यांग आहे आणि आमच्या सोसायटीत दीपा नावाची एक अंध मुलगी आहे. मी त्यांच्याशी खेळायला जातो. त्यांना गोष्टीची पुस्तकं वाचून दाखवतो. दीपाला मी गोष्टीचीच नव्हे, तर अभ्यासाचीही पुस्तकं वाचून दाखवतो. दोनदा ऐकलेलं तिच्या पक्कं लक्षात राहतं. ती खूप हुशार आहे.

आदित्य तर बुद्धिबळ खेळण्यात फार हुशार आहे. त्यानं शाळेतली बुद्धिबळाची सगळी बक्षिसं जिंकली आहेत. तो शाळेचा चेस चॅंपियन आहे; पण या दोघांना 'मदत' हा शब्द आवडत नाही. त्यांना कुणाचीच मदत नको असते, किंबहुना ते कुणाची मदत घ्यायला तयारही नसतात. त्यांना 'मदत' नव्हे, तर 'मैत्री' हवी असते. म्हणून, बाबा,

माझा किल्ली-शब्द 'मदत'च्या ऐवजी 'मैत्री' असा करू या. आणि खरंच ते माझे मित्रच आहेत. दीपाचा आवाज तर इतका छान आहे, की ती गाऊ लागली की कुणीतरी मोठी गायिकाच गात आहे, असं वाटतं. माझे काका गावाहून आले, की मुद्दामहून तिला बोलावतात आणि तिची गाणी ऐकतात.''

आणि सगळी मुलं म्हणाली, ''ए... आम्हांलापण भेटायचं आहे त्यांना. आम्हांलासुद्धा त्यांच्याशी मैत्री करायची

आहे. आम्हांला दीपाची गाणी ऐकायची आहेत...'' मुलांचा कल्ला सुरू झाला.

बाबा म्हणाले, ''शंतनू, तू ग्रेटच आहेस. तुझं एकदम बरोबर आहे. आपण शंतनूचा किल्ली-शब्द बदलून 'मैत्री' असा करू या. चला, आता आपण एक छोटसं मध्यांतर करून इटुकला-पिटुकला खाऊ खाऊ या.''

पालवी आणि वेदांगी म्हणाल्या, ''हे काय? अजून आमच्या किल्ल्या तशाच पडून आहेत. तुमच्या इंटरव्हलमुळं आमच्या कुलपांना गंज येईल. इंटरव्हल कॅन्सल.''

सगळे म्हणाले, ''ओके... बोके... पक्के, काम शंभर टक्के.''

पालवी म्हणाली, ''माझा किल्ली-शब्द आहे नवीन शिकणं; पण याचा अर्थ 'स्वतःहून नवीन शिकणं' असा मी घेतलाय. अगदी लहानपणापासूनच मला घड्याळांविषयी फार कुतूहल आहे. वेगवेगळ्या गतीनं काटे कसे फिरतात? आपण सांगू तेव्हाच गजर कसा होतो? वगैरे... मला तर लहानपणी वाटायचं की, 'आता पाच वाजलेत' हे घड्याळाला कसं कळतं? आणि किती वेळ अगोदर कळतं...? गेल्या महिन्यात आमचं घड्याळ बंद पडलं, तेव्हा बाबा म्हणाले, 'पालवी आता हे घड्याळ तुझं. आता ते तूच रिपेअर कर.' आणि मी सुरुवात केली. याशिवाय मला या सुटीत सगळ्या कपड्यांना इस्त्री करायलाही शिकायचंय; पण माझी मीच शिकणार बरं का.''

''आता घड्याळाचे 'बारा वाजले' असले, तरी लवकरच त्याची टिक टिक सुरू होऊन ते टकाटक होईल, याची मला खात्री आहे,'' असं बाबांनी म्हणताच सगळ्यांनी टॉकटॉक टाळ्या वाजवल्या.

आता सगळे वेदांगीकडं पाहू लागले. माझा किल्ली-शब्द आहे 'तयार करणं'. या किल्ली-शब्दाचा मी दोन प्रकारे विचार केला आहे. पहिला म्हणजे, आपण काहीतरी नवीन तयार करणं. आणि दुसरा, काहीतरी करण्यासाठी स्वतःला तयार करणं. आणि मग मी यातला दुसरा अर्थ निवडला...''

''सगळेच आनंदाने म्हणाले, ''व्वा! किती छान.''

''ही सुटी मी इंग्लिशच्या तयारीसाठी वापरणार आहे. मला इंग्लिश बोलताना किंवा लिहिताना थोडा त्रास होतो. कारण, मी खूप वेळा मराठीत विचार करते आणि मग ते इंग्लिशमध्ये मांडण्याचा विचार करते आणि हे असं होतं. कारण माझी शब्दसंपत्ती कमी आहे. मला काय लिहायचं ते माहीत असतं; पण त्यासाठी शब्दच मिळत नाहीत. या सुटीत मी भरपूर इंग्लिश वाचणार आहे. माझ्या भाषेत इंग्लिशमध्ये लिहिणार आहे. न अडखळता इंग्लिश बोलण्याचा सराव करणार आहे. म्हणजे यासाठीच मी स्वतःला तयार करणार आहे.''

''शाबास वेदांगी, शाबास!''

''वेदांगी, हे तर लई भारी.''

बाबांनी सगळ्यांनाच शाबासकी दिली आणि म्हणाले, ''आता खेळाचा दुसरा भाग काय असेल, असं वाटतं?''

वेदांगी म्हणाली, ''मला पालवीसोबत घड्याळ रिपेअर करायचंय.

शंतनूला अन्वयबरोबर अनोळखी गावात जायचं आहे.

सगळ्यांनाच आदित्य आणि दीपाशी मैत्री करायची आहे.

सगळ्यांनाच इंग्लिश-मिंग्लिश करायचं आहे.''

बाबा म्हणाले, ''शाबास मुलांनो, हाच आहे या खेळाच दुसरा भाग.

शोधणं, शिकणं आणि यातूनच स्वतःला तयार करणं हे सहजी व्हायला हवं. यासाठीच तर आहे ही सुटी. कुठल्याही किल्लीनं कुठलंही कुलूप उघडायचं. म्हणजेच आपल्या किल्ल्या इतरांबरोबर शेअर करायच्या.''

''खरं म्हणजे, आता खाऊ शेअर करायची वेळ झाली आहे. पोटातली कुलपं किरकिर करताहेत. त्यांना 'चकलीच्या चाव्या' लावू या. ही आयडिया कशी आहे?''

हे कोण बोललं असेल, ते तुम्ही ओळखलंच असेल.

❖ हे वाचून अनेक पालकांना साक्षात्कार होण्याची शक्यता असल्यानं, आता आणखी गृहपाठ देत नाही.

❖ 'सुटी ही नवीन चुका करण्यासाठी आणि चुकांमधून नवीन गोष्टी शिकण्यासाठीच असते, हे फक्त हुशार पालकांनाच माहीत असतं' ही प्राचीन चिनी म्हण तुमच्या मुलांना अवश्य सांगा.

❖ ❖ ❖

खाण्याची आणि पाहण्याची चव

गेल्या वर्षी मी ऑस्ट्रेलियाला माझ्या काकांकडे गेलो होतो. तिथं मी काही अद्भुत गोष्टी पाहिल्या. जशी आपल्याकडे संगीतात घराणी आहेत, तशी तिथं चॉकलेटमध्ये आहेत! प्रत्येक चॉकलेट-घराण्याची, त्यांच्या कॉफेची खासियत भन्नाट वेगळी आहे. मला सांगताना आनंद होतो, की सगळ्या चॉकलेटी घराण्यांच्या चिजा मी घोळवून घोळवून चघळल्या, खाल्ल्या व प्यायल्या आहेत! मी काकांबरोबर कॉफेत खूप वेळा 'चॉकलेट जेवून' बाहेर पडलोय.

आता परीक्षा संपल्यानं मुलं खुशमखूश होती. या वेळी सगळे जण अन्वयच्या घरी जमले. नेहामुळे अन्वय सगळ्यांच्या ओळखीचा होताच; पण आता तोही गँगमध्ये आला. अन्वयच्या घरी वेदांगी, पार्थ, नेहा, शंतनू आणि पालवी हे सगळे जमले. सुटी असल्यानं जमण्याची वेळ होती संध्याकाळची. घरात येताच शंतनूनं एकदम खोल श्वास घेतला आणि म्हणाला, ''हे काय? कुठलाच चमचमीत, चुरचुरीत किंवा मसालेदार, सणसणीत वास येत नाहीये?''

अन्वयची आई म्हणाली, ''येणारच नाही...''

''ऑ... म्हणजे? आज उपवास?''

''अरे, आज चमचमीत, चुरचुरीत आणि मसालेदार, सणसणीतही आहे; पण... त्याचा असा वास येणार नाही.''

''का? का वास येणार नाही?''

खाण्याची आणि पाहण्याची चव । ९९

''कारण ते चटकदार आहे म्हणून. कळलं का आज काय आहे ते?''

शंतनू डोकं खाजवत 'चमचमीत, चुरचुरीत. चुरचुरीत, सणसणीत. सणसणीत चमचमीत...' असलं काहीसं गुणगुणू लागला. बाकीचे त्याच्या तोंडाकडे बघत होते.

तितक्यात न राहवून अन्वय म्हणाला : ''पांढरेशुभ्र कुरकुरीत कुरमुरे, पिवळीधमक चुरचुरीत शेव, मऊसर उकडलेला बटाटा, थोडंसं चटपटीत फरसाण, कडक कुरकुरीत पुऱ्यांचा कुस्करा, त्यात गोडूस खजूर आणि आंबट चिंच यांची आंबटगोड चटणी, लसूण आणि लाल मिरचीची चटणी, हिरव्या मिरच्यांचा खर्डा, त्यावर कुटलेल्या लवंगीच्या पाण्याचा हबका... हे सगळं एकत्र कालवून त्यावर लाल तिखट, कांदा, किसलेली कच्ची, करकरीत कैरी, हिरवीगार कोथिंबीर आणि तळलेली, तिखट मसालेदार अशी चवीपुरती डाळ असलेली चटकदार भेळ आहे आज.''

हे सगळं ऐकताच सगळे मिटक्या मारू लागले.

''ओए, हा तर लई भारी बेत आहे. माझ्या तोंडाला पाणी सुटलं नाही, तर पाण्याच्या धारा लागल्या आहेत. आता आणखी कशाला वेळ, चला लगेचच खाऊ भेळ. मगच खेळू कुठलाही खेळ; पण आता फक्त भेळ आणि भेळ.''

आता हे कोण बोललं, हे तुम्ही ओळखलं असेलच.

''अरे, हाच आहे खेळ. तुम्ही खेळा खेळ. तोपर्यंत तयार होईल भेळ,'' असं आईनं म्हणताच आवंढा गिळत शंतनू म्हणाला, ''उफ्... पण लवकर करा हो भेळ. नका लावू वेळ.''

''भेळ तयार होईपर्यंत आपण आपल्याला आवडणाऱ्या पदार्थांबद्दल बोलू या. बोलताना ते डोळ्यांसमोर आणू या आणि मग कल्पनेनंच खाऊ या. चला... पहिला पदार्थ कोण खाणार...?'' अन्वयचं वाक्य पूर्ण होण्याआधीच वेदांगीनं हात वर केला.

''म... मला आवडणारा पदार्थ जरा वेगळा आहे...''

''वेगळा म्हणजे? खायचाच पदार्थ आहे ना?''

''हो तर. मला चुलीवर केलेली आणि निखाऱ्यांवर फुगवलेली ज्वारीची लुसलुशीत भाकरी आवडते. भाकरीचे दोन पापुद्रे सुटले पाहिजेत. वरचा पातळ पापुद्रा उघडला की गरम वाफेचा भपकारा आला पाहिजे. मग आतल्या जाड भागावर नुकत्याच काढलेल्या ताज्या लोण्याचा गोळा पसरायचा. लोणीही विरघळवत सगळीकडे पसरायचं. हे करताना मध्येच बोटंही चाटायची. हा भाकरीचा पाया

लोण्यानं दबदबला, की त्यावर हलकेच मीठ आणि त्यावर नुकतीच खलबत्त्यात कुटलेली ताजी मिरी पसरायची. मग त्यावर मगाशी काढलेला तो पातळ पापुद्रा ठेवायचा. त्यावरही हलकेच लोण्याचा एक थर द्यायचा. त्यावर चवीपुरतं शेंदेलोण, काळं मीठ आणि उरलेलं मिरीकूट पसरायचं. ही झाली मस्त 'बटर पेप्पर' भाकरी.''

''व्वा, व्वा! यामध्ये आणखीही कॉंबिनेशन्स करता येतील की...''

''कोणती?''

''उन्हाळ्यात आई ताजं लोणचं करते. गरम भाकरीचा पापुद्रा उघडून तिथं लोणी न लावता ताज्या लोणच्याचा चमचमीत खार आणि फोडणीचं तेल यांचा गालिचा पसरत न्यायचा. मग वरचा पापुद्रा त्यावर ठेवायचा. यावर लोणच्यातल्या कैरीच्या ताज्या करकरीत फोडी बारीक करून पसरायच्या आणि मध्ये मात्र फोडणीच्या मिरचीचा खार गंधाचे पट्टे लावतात तसा लावायचा. आणि भाकरीची गुंडाळी करून, एक चावा मारायचा...''

''आणि... अहाहा...! भाकरीच्या स्वादात मुरलेला लोणच्याचा घट्ट खार आणि वर तरंगणारा फोडणीच्या मिरचीचा पातळ खार आणि दाताखाली येणाऱ्या मसालेदार कैरीच्या करकरीत फोडी यांचं तोंडात आगमन होताच डोळे बंद करून अंगातल्या 'आनंदझिणझिण्या' अनुभवताना बहार येईल.''

''हे ऐकताना तर आता माझ्या तोंडातून नळ सुटतो की काय, असं मला वाटू लागलंय! पण तरीही मला आणखी एक आयडिया सुचतेय. सांगू का?''

''विचारतेस काय? सांग लवकर.''

''आमच्याकडे गरम भाकरी खाण्याची पद्धत वेगळीच आहे.''

''ऑं? वेगळीच म्हणजे? तुम्ही भाकरी गरमच खाता की फ्रीजमध्ये ठेवून?''

''ए, भंकस करू नका हं. मी सीरिअसली सांगत्येय.''

''तू सांग गं.''

''गरम भाकरीचा वरचा पापुद्रा काढायचा. मग खालच्या जाड भागावर लसणाची फोडणी दिलेलं तेल ओतून ते मुरवायचं. त्यावर मीठ आणि तिखट मसाला चोळायचा. त्यावर खलबत्त्यात कुटलेली शेंगदाण्याची चटणी पसरायची. बारीक चिरलेला कांदा आणि तिखट शेव चुरून त्यावर पसरायची. मग त्यावर तो पातळ पापुद्रा ठेवायचा. त्यावर फोडणीतलं उरलेलं तेल,

तळलेल्या लसणाचा आणि तळलेल्या डबल मिरी पापडाचा चुरा पसरायचा. यावर काही पुदिन्याची पानं पसरून त्यावर चवीपुरतं काळं मीठ शिंपडायचं. मग त्याचा रोल करायचा... की झाली तयार मसाला भाकरी...''

''आता पुढं काही सांगूच नकोस. हे सगळं ऐकून ऐकून मला ते समोर दिसू लागलंय आणि खरं सांगायचं तर आता माझी जीभ खवळलीय. आता...''

''अगं, आता तुझी खवळलेली जीभ शांत करण्यासाठी तूच एक पदार्थ सांग ना... ही आयडिया कशी आहे...?''

''आता तुम्ही सगळ्यांनी चमचमीत मसालेदार पदार्थ सांगितलेच आहेत; पण मी तुम्हाला एका अफलातून डेझर्ट पदार्थाची गोड गंमत सांगतो. एक अविश्वसनीय, गरमगरम, गोड, गुळगुळीत, गंमत'' असं शंतनूनं म्हणताच सगळे त्याच्याकडं पाहू लागले.

''तुम्हाला माहीतच आहे, की गेल्या वर्षी मी ऑस्ट्रेलियाला माझ्या काकांकडे गेलो होतो. तिथं मी काही अद्‌भुत गोष्टी पाहिल्या. जशी आपल्याकडे संगीतात घराणी आहेत, तशी तिथं चॉकलेटमध्ये आहेत! जशी प्रत्येक संगीतघराण्याची शाळा वेगळी, त्यांच्या पद्धती आणि त्याचा लहेजाही वेगळा; अगदी तसंच तिथं लिंड (स्वीस), बुलियन (बेल्जियम), सॅन-चिरो (स्पॅनिश) आणि मॉक्स ब्रीनर (इस्राइल) ही चॉकलेटची मुख्य घराणी आणि त्यांचे प्रत्येकाचे तिथं स्वतंत्र कॅफे आहेत. प्रत्येक चॉकलेट-घराण्याची, त्यांच्या कॅफेची खासियत भन्नाट वेगळी आहे. मला सांगताना आनंद होतो, की सगळ्या चॉकलेटी घराण्यांच्या चिजा मी घोळवून घोळवून चघळल्या, खाल्ल्या व प्यायल्या आहेत! मी काकांबरोबर कॅफेत खूप वेळा 'चॉकलेट जेवून' बाहेर पडलोय. यातली फक्त एकच गोष्ट आज सांगतो.

सिडनीला डार्लिंग हार्बर इथं नयनरम्य समुद्राच्या काठी लिंड आहेत. या कॅफेत जिकडे पाहावं तिकडे फक्त चॉकलेट आणि चॉकलेटच. लोक चॉकलेट खात असतात, चॉकलेट पीत असतात, चघळत असतात, चोखत असतात, चॉकलेटमध्ये काहीतरी बुडवत असतात किंवा बशीतलं चॉकलेट चक्क चाटत असतात. इतकंच काय, आपली चॉकलेटं माखलेली बोटंही मोठ्या कौतुकानं चोखत असतात.

आणि यातलं काहीही न करणारे, आपल्या ऑर्डरची वाट पाहत अस्वस्थपणे उसासे सोडत, ओठांवरून जीभ फिरवत उभे असतात.

या लिंड चॉकलेटच्या निरनिराळ्या अवस्थांमधल्या वेगवेगळ्या पदार्थांचे वास असे काही दरवळत असतात, की आपले पाय जमिनीवरून सुटले आहेत आणि या

गोड, मधाळ, चॉकलेटी वासाबरोबर आपण या कॅफेत तरंगत आहोत, असं मला वाटायला लागलं होतं.

या ठिकाणी चॉकलेट व चॉकलेटशी संबंधित अशा ४० गोष्टी मिळतात. यात व्हॅनिला आईस्क्रीमसोबत मिळणारा चॉकलेट लाव्हा केक अप्रतिम असतो. हा गरम चॉकलेट केक जेव्हा आपण हळुवारपणे कापतो, तेव्हा त्यातून गरमागरम लिंड चॉकलेटचा लाव्हा लुटूलुटू बाहेर येतो. अहाहा! वातावरणातला चॉकलेटचा मऊसर, गोड, गुलगुळीत वास आपल्याला वेढून टाकत असतो. त्याच वेळी उबदार लुसलुशीत चॉकलेट केक, गरम, मधुर, सुवासिक लिंड चॉकलेट व थंडगार क्रिस्पी आईस्क्रीम एकत्रितपणे खाताना अतीव आनंदाच्या लहरी शरीरात सरसरत जिरत जातात. तिथंच कोपऱ्यात चॉकलेटचा एक छोटासा धबधबा आहे. बाजूलाच ठेवलेली काडी घ्यायची. त्या धबधब्यात सावकाश फिरवायची आणि अलगद बाहेर काढायची आणि मग त्या काडीवरच्या चॉकलेटच्या गालिच्यावरून हलेकच जीभ फिरवायची. अहाहा! बहुधा यालाच स्वर्गीय आनंद म्हणत असावेत.''

नेहा आणि अन्वय हात वर करत म्हणाले, ''आता बास म्हणजे बासच''

पार्थ स्टाईलमध्ये म्हणाला, ''आता माझी सटकली...''

एकदम सगळे ओरडले, ''भेळ... भेळ... भेळ... आणखी किती वेळ?''

हातात भेळेचं पातेलं घेऊन अन्वयचे बाबा पळतच आले. पाठोपाठ चटण्यांची भांडी आणि बशा-चमचे घेऊन आई आली.

भेळेचा पहिला बकाणा भरताच शंतनूला जोरदार ठसका लागला. पाणी पिऊन शांत होत शंतनूनं विचारलं, ''आता खेळायचं कधी?''

आई हसतच म्हणाली, ''अरे, तुम्हाला कळलंच नाही का, की एकाच खेळात तुम्ही तीन खेळ खेळलात ते?''

''कसं काय?''

''पहिला खेळ होता रेसिपीचा. तुम्ही किती नवीन रेसिपीज् शोधल्यात आणि एकमेकांकडून ऐकल्यात.''

''दुसरा खेळ होता विशेषणांचा! हे तुमच्या लक्षात आलं का? चमचमीत, करकरीत, मधाळ, क्रिस्पी अशी सुमारे वीसपेक्षा जास्त विशेषणं तुम्ही सहजी वापरलीत. हो की नाही?''

''आणि खेळाचा तिसरा भाग...''

आईला थांबवत शंतनू म्हणाला, ''थांब मी सांगतो. मला खाण्याची आवड आहे हे तुम्हा सगळ्यांना माहीतच आहे; पण चवीनं कसं खावं आणि 'चवीनं कसं

पाहावं' हे मला आजच कळलं. कारण इतक्या बारकाईनं मी त्या पदार्थांकडे आणि त्यांच्या 'चवीकडे' पाहिलंच नव्हतं.''

''तिसरा भाग म्हणजे, आज आम्हांला नकळत पदार्थ 'पाहण्याची चव' कळली.''

''आणि मला सगळ्यात आधी चटकदार 'पाहण्याची चव' कळली. हो की नाही?''

आता हे कोण बोललं असेल हेही तुम्ही ओळखलंच असेल म्हणा.

❖ एखादी गोष्ट पाहताना त्यातले बारकावे कसे पाहावेत, याबाबत मुलांशी सहज गप्पा मारा.

❖ मुलांशी गप्पा मारताना तुमची ऐकण्याची क्षमता वाढवा. गप्पा मारणं म्हणजे उपदेश करणं, सल्ले देणं नव्हे, हे कायम लक्षात ठेवा.

❖ गप्पा मारताना किंवा आपल्या मनातले विचार आपल्याच शब्दात मांडताना जर मुलं चुकली, गडबडली, तर त्यांच्यावर न खेकसता त्यांना सुधारण्याची संधी वारंवार द्या.

❖ कधी कधी मुलांशी 'निरुद्देश गप्पांचा खेळ' खेळा. यामुळं शब्दसंपत्ती वाढणं, तणावरहित वातावरणामुळं मोकळ्या विचारांना वाव मिळणं शक्य होतं.

❖ एखाद्या दिवशी तर फक्त 'विशेषणांचा खेळ'ही खेळता येईल.

❖ 'कल्पक पालकांसाठी कुठलीच गोष्ट निरर्थक नसते' ही चिनी म्हण नेहमीच लक्षात ठेवा!